Lê Hân

sưu tầm

TUYỂN TẬP NHẠC VIỆT NAM

Tập 2

(Vần G, H, K, L, M)

Nhân Ảnh

2018

TUYỂN TẬP NHẠC VIỆT NAM TẬP 2

Nhạc Có Notes do Lê Hân sưu tầm

Bìa: Khánh Trường

Kỹ Thuật: Tạ Quốc Quang

ISBN: 9781989705032

Nhân Ảnh

Xuất Bản

2018

MỤC LỤC
Tập 2

VẦN G

Góp Lá Mùa Xuân	Trịnh Công Sơn
Gửi Người Chưa Quen	Song Ngọc – Hoài Linh
Gửi Về Em	Đỗ Thu

VẦN H

Hà Nội Đêm Trở Gió	Trọng Đài – Chu Lai
Hà Nội Mùa Vắng Những Cơn Mưa	Trương Quý Hải – BT Tuấn
Hạ Trắng	Trịnh Công Sơn
Hai Lối Mộng	Trúc Phương
Hai Màu Hoa	Dzũng Chinh – Bùi Tuấn Anh
Hai Mươi Bốn Giờ Phép	Trúc Phương
Hai Năm Tình Lận Đận	Phạm Duy – N T Nhiên
Hai Người Tâm Sự	Thanh Sơn
Hai Phương Trời Cách Biệt	Hoàng Trọng
Hai Tâm Hồn	Song Ngọc
Hai Vì Sao Lạc	Anh Việt Thu
Hạnh Phúc Đầu Xuân	Minh Kỳ - Lê Dinh
Hạnh Phúc Hôm Nay	Trường Sa
Hận Ly Hương	Anh Hoa - Ngọc Long
Hát Với Tôi	Phạm Duy
Hãy Ngồi Xuống Đây	Lê Uyên Phương
Hãy Yêu Nhau Đi	Trịnh Công Sơn
Hãy Yêu Như Chưa Yêu Lần Nào	Lê Hựu Hà – Nguyễn T. Cang
Hận Đồ Bàn	Xuân Tiên
Hẹn Hò	Phạm Duy
Hẹn Một Ngày Về	Lê Hữu Mục
Hình Ảnh Hai Cuộc Đời	Hiếu Nghĩa
Hình Ảnh Quê Hương	Y Vân
Hình Bóng Quê Nhà	Thanh Sơn
Hoa Biển	Anh Thy
Hoa Bướm Ngày Xưa	Nguyễn Hiền
Hoa Có Vàng Nơi Ấy	Việt Anh
Hoa Đào Thương Nhớ	Song Ngọc
Hoa Rụng Ven Sông	Phạm Duy – Lưu Trọng Lư
Hoa Soan Bên Thềm Cũ	Tuấn Khanh
Hoa Sứ Nhà Nàng	Hoàng Phương
Hoa Tím Ngày Xưa	Hữu Xuân
Hoa Tím Ngoài Sân	Thanh Tùng
Hoa Vàng Mấy Độ	Trịnh Công Sơn
Hoa Xuân	Phạm Duy
Hoài Cảm	Cung Tiến
Hoài Thu	Văn Trí
Hỏi Chuyện Ngày Xưa	Phạm Mạnh Cương
Hội Trùng Dương 1	Phạm Đình Chương
Hội Trùng Dương 3	Phạm Đình Chương
Hội Trùng Dương 3	Phạm Đình Chương

Hòn Vọng Phu 1	Lê Thương
Hòn Vọng Phu 2	Lê Thương
Hòn Vọng Phu 3	Lê Thương
Hồn Tử Sĩ	Lưu Hữu Phước
Hương Một Đêm Trăng	Lê Trọng Nguyễn
Hương Ngọc Lan	Hoàng Trọng – Lan Đình
Hương Thề	Nguyễn Hiền – H. N. Liên
Hương Tóc Mạ Non	Thanh Sơn
Hương Xưa	Cung Tiến
Hương Yêu	Hoàng Trọng – H.Đ. Phương

VẦN K

K. Khúc Của Lê	Đăng Khánh
Khi Anh Nhìn Em	Y Vân
Khi Người Yêu Tôi Khóc	Trần Thiện Thanh
Khiêng Nước	Phan Ni Tấn – Luân Hoán
Khỏe Vì Nước	Hùng Lân
Khói Chiều	Hoàng Trọng – Đinh Sơn Cầm
Khởi Hành	Phạm Duy
Khối Tình Trương Chi	Phạm Duy
Không Bao Giờ Ngăn Cách	Trần Thiện Thanh
Không Bao Giờ Quên Anh	Hoàng Trọng
Không Còn Mùa Thu	Việt Anh
Không Nhìn Nhau Lần Cuối	Lê Uyên Phương
Khúc Ca Mùa Hè	Canh Tân
Khúc Hát Ân Tình	Xuân Tiên
Khúc Nhạc Ly Hương	Lâm Tuyền
Khúc Thụy Du	Anh Bằng
Khúc Xa Người	Trường Sa
Kiếp Cầm Ca	Huỳnh Anh
Kiếp Hoa	Dương Thiệu Tước
Kiếp Nào Có Yêu Nhau	Phạm Duy – Hoài Trinh
Kiếp Nghèo	Lam Phương
Kiếp Sau	Phạm Duy – Cung T Tưởng
Kiếp Tha Hương	Lam Phương
Kiếp Ve Sầu	Lam Phương
Kinh Khổ	Trầm Tử Thiêng
Kim	Y Vân
Kỷ Vật Cho Em	Phạm Duy – Linh Phương

VẦN L

Lá Đổ Muôn Chiều	Từ Linh
Lá Rơi Bên Thềm	Lê Trọng Nguyễn – N. Hiền
Lá Thư	Từ Linh

Lãng Du	Lời Việt: Nguyễn Duy Biên
Làng Tôi	Chung Quân
Lạnh Lùng	Đinh Việt Lang – V. T. Linh
Lâu Đài Tình Ái	Trần Thiện Thanh
Lệ Đá	Trần Trịnh – Hà Huyền Chi
Liên Khúc Tình Buồn	Đức Huy
Linh Hồn Tượng Đá	Mai Bích Dung
Lính Thành Phố	Song Ngọc
Lỡ Cung Đàn	Hoàng Giác
Lòng Mẹ	Y Vân
Lòng Vợ Hiền	Y Vân
Lời Buồn Thánh	Trịnh Công Sơn
Lời Cuối	Từ Công Phụng
Lời Cuối Cho Em	Nguyên Vũ
Lời Gọi Chân Mây	Lê Uyên Phương
Lời Mẹ Ru	Trịnh Công Sơn
Lời Người Ra Đi	Trần Hoàng
Lời Thiên Thu Gọi	Trịnh Công Sơn
Lời Tình Buồn	Vũ Thành Anh – CTY Minh
Lối Cũ Ta Về	Thanh Tùng
Lối Về Đất Mẹ	Duy Khánh
Luôn Luôn Mãi Mãi	Đức Huy
Ly Rượu Mừng	Phạm Đình Chương

VẦN M

Mai	Quốc Dũng
Mai Tôi Đi	Anh Bằng – Nguyên Sa
Mái Tóc Dạ Hương	Nguyễn Hiền – Đinh Hùng
Mái Trường Xưa	Phạm Mạnh Cương
Mãi Mãi Bên Em	Từ Công Phụng
Mãi Mãi Mùa Thu	Vĩnh Điện – Lê Hân
Màu Của Lãng Quên	Việt Anh
Màu Hoa Trắng	Y Vũ
Màu Kỷ Niệm	Phạm Đình Chương
Màu Thời Gian	Phạm Mạnh Cương – ĐP Tứ
Máu Nhuộm Bãi Thượng Hải	Nhạc Trung Hoa
Màu Tím Hoa Sim	Song Ngọc – Hữu Loan
Màu Thời Gian	Phạm Duy – Đ P Tứ
Mắt Biếc	Ngô Thụy Miên
Mắt Biếc	Cung Tiến
Mắt Em Vương Giọt Sầu	Đăng Khánh
Mắt Lệ Cho Người	Từ Công Phụng
Mắt Lệ Cho Người Tình	Phạm Mạnh Cương
Mắt Thu	Ngô Thụy Miên
Mầu Mắt Nhung	Đức Huy
Mây Bốn Phương Trời	Ngô Thụy Miên

Mây Lang Thang	Lời Việt: Nam Lộc
Mấy Dặm Sơn Khê	Nguyễn Văn Đông
Mấy Độ Thu Về	Minh Kỳ - Hoài Linh
Mấy Mùa Thương Nhớ	Mai Trường
Mẹ Tôi	Nhị Hà
Mẹ Trùng Dương	Phạm Duy
Mê Khúc	Bảo Phúc –Anh Thoa
Miên Khúc	Ngô Thụy Miên
Mong Chờ	Xuân Tiên
Mơ Hoa	Hoàng Giác
Mơ Khúc Tương Phùng	Lam Minh
Mơ Về Sông Tương	Ngọc Bích
Mơ Xuân Thành Bình	Ngọc BÍch
Mộ Khúc	Phạm Duy – Xuân Diệu
Mỗi Ngày Tôi Chọn Một Niềm Vui	Trịnh Công Sơn
Mời Anh Về Thăm Quê Em	Thùy Linh
Mộng Ban Đầu	Hoàng Trọng
Mộng Chiều Xuân	Ngọc Bích
Mộng Du	Phạm Duy
Mộng Dưới Hoa	Phạm Đình Chương - Đ Hùng
Mộng Lành	Hoàng trọng – H Đ Phương
Mộng Ngày Hồi Hương	Hoàng trọng – H Đ Phương
Mộng Sầu	Trầm Tử Thiêng
Một Bàn Tay	Phạm Duy
Một Chiều Đông	Tuấn Khanh
Một Chút Quà Cho Quê Hương	Việt Dzũng
Một Chuyến Bay Đêm	Song Ngọc – Hoài Linh
Một Chuyến Xe Hoa	Minh Kỳ - Dạ Ly Vũ
Một Cõi Đi Về	Trịnh Công Sơn
Một Cõi Tình Phai	Ngô Thụy Miên
Một Đời Quên Lãng	Ngô Thụy Miên
Một Góc Đời Phôi Pha	Từ Công Phụng
Một Lần Cuối	Hoàng Thi Thơ
Một Lời Cuối Cho Em	Nguyễn Ánh 9
Một Lần Đi	Hoàng Thi Thơ
Một Lần Xa Bến	Trường Sa
Một Mai Em Đi	Trường Sa
Một Mai Giã Từ Vũ Khí	Ngân Khánh
Một Mình	Lam Phương
Một Mình	Thanh Tùng
Một Mùa Đông	Y Vân – Lưu Trọng Lư
Một Ngày Nào Cho Tôi Gặp Lại Em	Vũ Thành An
Một Ngày Việt Nam	Trúc Hồ - Trầm T Thiêng
Một Người Đi Xa	Trúc Phương
Một Người Lên Xe Hoa	Hoàng Trọng
Một Thời Đà Nẵng Dấu Yêu	Nhật Ngân – Luân Hoán
Một Tình Yêu	Đức Huy
Một Thoáng Mơ Phai	Trường Sa

Một Thuở Yêu Đàn	Hoàng Trọng
Một Trăm Phần Trăm	Ngọc Sơn – Tuấn Hải
Mùa Chia Tay	Duy Khánh
Mùa Đông Của Anh	Trần Thiện Thanh
Mùa Đông Sắp Đến	Đức Huy
Mùa Hè Đẹp Nhất	Đức Huy
Mùa Hợp Tấu	Hùng Lân
Mùa Mưa Đi Qua	Hà Phương - Du Uyên
Mùa Mưa Đi Qua	Du Uyên
Mùa Thi	Đỗ Kim Bảng
Mùa Thu Chết	Phạm Duy
Mùa Thu Cho Em	Ngô Thụy Miên – Thụy Anh
Mùa Thu Còn Đó	Châu Kỳ
Mùa Thu Đông Kinh	Hoàng Thi Thơ
Mùa Thu Không Có Em	Phạm Mạnh Cương
Mùa Thu Không Trở Lại	Phạm Trọng Cầu
Mùa Thu Lá Bay	Lời Việt: Lệ
Mùa Thu Mây Ngàn	Từ Công Phụng
Mùa Thu Paris	Phạm Duy – C. T. Tưởng
Mùa Thu Ru Em	Đức Huy
Mùa Thu Trong Mưa	Trường Sa
Mùa Thu Xa Em	Ngô Thụy Miên
Mùa Hoa Anh Đào	Thanh Sơn
Mùa Xuân Của Mẹ	Trịnh Lâm Ngân
Mùa Xuân Đầu Tiên	Tuấn Khanh
Mùa Xuân Sao Chưa Về Hỡi Em	Trường Sa
Mùa Xuân Trên Đỉnh Bình Yên	Từ Công Phụng
Mùa Xuân Trong Đôi Mắt Em	Đức Huy
Mùa Xuân Gọi	Trần Tiến
Mưa Chiều	Song Ngọc
Mưa Chiều Kỷ Niệm	Duy Yên – Quốc Kỳ
Mưa Đêm Độc Hành	Duy Hải
Mưa Hồng	Trịnh Công Sơn
Mưa Ngâu	Thanh Tùng
Mưa Nửa Đêm	Trúc Phương
Mưa Phi Trường	Việt Anh
Mưa Rơi	Phạm Duy
Mưa Rơi	Ưng Lang
Mưa Rừng	Huỳnh Anh
Mưa Sài Gòn Mưa Hà Nội	Phạm Đình Chương – HAT
Mưa Trắng Kinh Kỳ	Phạm Mạnh Cương
Mưa Trên Ngày Tháng Đó	Từ Công Phụng
Mười Năm Chuyện Cũ	Hoài Linh – Hoài Lâm
Mười Năm Tình Cũ	Trần Quảng Nam
Mười Năm Yêu Em	Trầm Tử Thiêng
Mười Sáu Trăng Tròn	Trần Thiện Thanh
Mười Thương	Phạm Đình Chương
Muôn Đời Yêu Chỉ Người Thôi	Song Ngọc

Ga chiều

Lê Dinh

Mến trao các bạn học sinh trên đường về hè
MÙA PHƯỢNG 62
L. D.

GIÁ : 7 Đ.
Ấn Quán TUYẾT-VÂN, 367 Trần-hưng-Đạo—Saigon
Giấy phép số 2781/XB — ngày 17-11-198

NHẠC PHẨM GA CHIỀU CỦA LÊ ĐÌNH DO NHÀ XUẤT BẢN AN-PHÚ ẤN HÀNH LẦN THỨ NHÌ
5 000 BẢN, NGOÀI RA CÒN IN THÊM 100 BẢN ĐẶC BIỆT DÀNH RIÊNG ĐỂ TẶNG

Gái Xuân

Từ Vũ

Nhạc sĩ Từ Vũ

Gần như niềm tuyệt vọng

Trịnh Công Sơn

nan nên cái, tiếng cười Đời
em tôi thấy nắng vàng Dường
sống mỗi khi người đưa tiễn người Lã
như bão qua dòng sông nước lên Đời
tôi lắng nghe lòng tôi rã rồi Có
không có mưa và vẫn ướt mềm Có
điều gì gần như niềm tuyệt vọng Trong xuân
điều gì gần như niềm tuyệt vọng Sông bao
thì thấy bóng trăm năm Bỗng
lần sông đã ra đi Những
một hôm qua phố hoang tàn Tôi quen
ngàn xưa trôi đến bây giờ Sông ra
như tôi đã có lần.
đi hay mới bước về.

DÂN CA

GÁNH LÚA

Lời và Nhạc: PHẠM - DUY

Ấn-phẩm 1954 của TINH-HOA — Huế (Việt-Nam)

II

Rung rinh, rung rinh, gánh lúa rung rinh,
Cánh đồng mà xinh xinh rằng xinh.
Lão bà tóc trắng kĩu kịt quang gánh.
Mõi trầu mà tươi đám cỏ xanh,
Rung rinh, rung rinh, gánh lúa rung rinh,
Sức già mà còn nhanh, còn nhanh.
Thóc bà phơi nắng, lúa nhà tôi gánh,
Hai vai đem sức nuôi toàn dân.

(vào ĐIỆP-KHÚC)

III

Đêm qua trăng soi sáng khắp thôn quê,
Hỡi chàng mà chàng ơi, chàng ơi !
Có nàng xay lúa — Quyến tròn thương nhớ.
Thương chàng mà dãi nắng dầm mưa.
Đêm qua trăng mơ, thức suốt canh khuya,
Hỡi chàng, mà chàng ơi, chàng ơi !
Sớm ngày mai tới, Thóc vàng cơm mới,
Đi nuôi dân gánh một thành hai.

(vào ĐIỆP-KHÚC)

BẢN « GÁNH LÚA » ẤN - HÀNH LẦN THỨ TƯ, NGOÀI NHỮNG BẢN THƯỜNG CÒN IN THÊM 30 BẢN ĐẶC - BIỆT TRÊN GIẤY QUÝ ĐÁNH DẤU TỪ P. D. I ĐẾN XX — T. H. I ĐẾN X ĐỀU CÓ CHỮ KÝ CỦA TÁC-GIẢ VÀ ĐÓNG TRIỆN SON T. H. ĐỀ TẶNG.

T. H. 270

Gặp nhau làm ngơ

Trần Thiện Thanh

G
chưa ? Đi lang thang khuya lắc khuya lơ đến nhà ai tắt
D Bm Em
sớm .. gom suy tư thao - thức đêm mơ . Chàng bèn viết lá .
G Am
thơ Hai hôm sau mới dám đưa tin . Nàng nhận nhưng lặng
G G Am
thinh . Nhớ xưa khi còn tơ tuy thương
D7 G Em
thầm mà gặp nhau cứ lặng câm . Chuyện tình yêu ban -
C Em
đầu mấy ai may - mắn chung nhịp - cầu . G
C
Nàng đội hoa theo chồng nước mắt tôi rớt bên bờ sông .
G Am D7 G C G
Đã không như là mơ nếu tình cờ gặp xin cứ làm ngơ .

Ghen

Trọng Khương

Thơ: Nguyễn Bính

tươi Đừng ôm gối chiếc đêm nằm ngủ Đừng tắm chiều nay bể lắm
người. Tôi muốn mùi thơm của nước hoa mà cô thường xức bay
xa. Chẳng làm ngây ngất người qua lại dầu chỉ qua rồi khách lại qua.
nghĩa là ghen quá đấy mà thôi. Thế nghĩa là yêu quá mất rồi.
và nghĩa là cô là tất cả, cô là tất cả của đời tôi.

GIÃ TỪ DALAT

Duy-Khánh

Kiểm-duyệt số 2198/XB ngày 14-8 1964

« GIÃ TỪ ĐÀ LẠT » CỦA DUY-KHÁNH
ẤN PHẨM SỐ 8 CỦA TẬP « 1001 BÀI CA HAY »
DO TÁC-GIẢ XUẤT-BẢN VÀ GIỮ BẢN-QUYỀN

GIÃ TỪ ĐÊM MƯA

Văn Phụng

E7 Am
mưa mà đi. Đi trong đêm mưa mưa rơi tầm
Dm G G7 C
tả. Hoang mang bâng khuâng ai mong từ giã Hạt
E7 Am G
mưa rơi ướt mi nàng se thắt tim chàng giây phút ngỡ
F C E7 Am
ngàng đôi lứa thôi đành giã từ đêm mưa. Ô...........................
G F C E7 Am
FINE
Ô.. Ô.. Ô..... Giã từ đêm mưa.

Giã Từ Kỷ Niệm

Song Ngọc

nhau đề rồi mộng vỡ mai sau như chuyện ban đầu thương
đau. . . Xin mai sau giữ trọn duyên tình những chuyện chúng mình nghìn sau tha
thiết mãi không phai ! Có thương thì xin em ơi, có yêu thì
(anh)
xin : « đừng nhiều mộng ước đừng phụ lòng anh ! » Người cho anh chút tin
(em) (em)
yêu vì từ lâu tim héo cô liêu tiêu điều
Nụ cười đã tắt bao lần trên nét môi, bây giờ xa vắng
FINE
thôi GIẢ TỪ KỶ NIỆM ơi !

GIÁNG NGỌC

NHẠC VÀ LỜI : NGÔ THỤY MIÊN

G C Am
thầm Và tình yêu dâng nhớ nhung trong lòng.
B7 Em Am Em
Mộng mơ giăng kín nét môi thiên thần Nhạc chiều lang thang rũ
Am D7 G
say Từng giọt mưa rơi khóc trên cung đàn.
C B7
Rượu nồng ai say ngất ngây vì nhớ Và tình yêu đó xin dừng bước
Em Am Em Em
chân. Lặng nghe xa vắng nghe tiếng cô liêu
B7
Tôi vẫn đi hoang những chiều buồn say Tình yêu đành thôi ước
Em C B7 Em
mơ Tìm quên bằng men ý nhạc Duyên ước xin đành kiếp sau.

GIẤC MƠ HỒI HƯƠNG

Nhạc và Lời : **VŨ-THÀNH**

FINE
mf
« em » Hà - Nội ơi !
« em » Hà - Nội ơi !
Ta nhớ thấy « em » một chiều chớm
fp
cantabile
thu, giáng yêu kiều của ngày đã qua thướt tha bên hồ liễu
f
thưa. Lắng tiếng tiêu hồn của ngàn phím tơ thiết tha thề
tenuto
ff
f
rall...
p. subito
p
ước mối duyên hờ đã phai mờ trong bóng đêm mơ hờ .
mf
fp
Mơ ước thấy « em » một ngày sáng tươi, tắm nắng hồng
cantabile
của một sớm mai say hương thanh bình khắp nơi .
f
ff
Lắng tiếng uy hùng của từng lớp trai cất cao lời hứa xây cuộc
decresc...
rall...
đời. Sầu tàn trong bóng đêm dài. Lìa xa thành đô yêu...

giấc mơ nghìn trùng

nhạc và lời: TRƯỜNG SA

* Canada tháng 5/2004

Giấc ngủ cô đơn

* Mượn đề một truyện dài
của THANH NAM

*** ANH-BẰNG & LÊ-DINH**

ẤN PHẨM CỦA TINH HOA MIỀN NAM
G.P. SỐ 2763/BTT/BC3/XB NGÀY 1-10-1964

VỚI SỰ CỘNG TÁC CỦA MỘT NHÓM
CA NHẠC SỸ THỦ ĐÔ XUẤT BẢN

2a
... lìm trời lạnh lùng như gợi buồn thêm. Anh, người bên vĩ
tuyến xin nhớ quay về khung trời miền Nam sống trong tình thương.
Nghe chăng tiếng mưa rơi như xót thương người vùi chôn giấc hương cuộc
đời. Về đây với nhau đừng cho duyên thắm phai màu Đã yêu mến
nhau đừng gieo cay đắng cho nhau Anh nhớ đêm nay có người em gái thơ
1a
ngây môi hồng nức nở canh dài bàng hoàng vì trong mộng chờ
2a
rall.
FINE
ai. Nửa đêm nhớ... dài bàng hoàng vì giấc ngủ cô đơn.

GIĂNG CÂU

Tô Thanh Tùng

Dm F C Dm
sao. Rèm thưa không đủ che nắng mưa dám mơ gì đâu. Xuồng bé tí
Gm C Dm
teo sóng gió lên phải quay về mau. Em hỏi anh giăng câu ra
Dm F
sao? Anh thả mồi, anh đem câu giăng.
Gm Dm
Anh đem câu giăng con cá nào ăn, con cá ham mồi con cá rồi đời, cá rồi đời.
Dm
Em hỏi anh giăng câu vui không? Anh nói rằng anh vui sao
F Gm
không. Anh vui sao không như cá về sông, như sáo sổ lồng, như sáo sổ
Dm Am Dm
FINE
lồng, sáo sổ lồng. Con sáo sổ lồng, con cá ra sông.

GIÁO ĐƯỜNG IM BÓNG

Nhạc : **NGUYỄN THIỆN TƠ**
Lời : **PHI TÂM YẾN**

Nhạc sĩ Nguyễn Thiện Tơ

Giết Người Trong Mộng

Nhạc và lời : Phạm Duy

Eb D7 Cdim
người ơi ! (bis) Sao người trong mộngvẫn hiện về Nhưng người ơi ! (bis) Sao
F#m Gm Bb+5 Gm A+5
mình trong mộng vẫn say mê Ởi người đi ! Ởi người đi! Sao tình trong mộng đã ê chề Ởi
Cm Bb D7 Gm
người đi ! Ởi người ơi! Sao mình trong mộng vẫn ngu si ? Ởi người ơi ! Ởi người ơi ! Thôi
Cm Gm D7 Eb D7 Gm Cm
đành thôi ! Thôi đành thôi ! Giết người trong mộng mơ. Làm sao giữ được người trong
Gm D7 Eb Gm Eb
mộng Để được tình yêu dấu bẽ bàng. Giết người trong mộng hay
D7 3 Cdim 3 D7 Bb+5 Gm Eb Cm G
giữ người trong mộng? Giết người trong mộng hay giữ người mộng mơ ?
Saigon 1970

GIÓ HOAN CA

BOLERO

Thầm - Oánh

FINE
tha. Gió trầm trầm ca Cây múa theo vươn cành
la đà. Hòa dạ khúc mừng sáng trăng ngà. Đẹp trần gian tươi nguồn
mơ. ú u u u u u Em. hòa gió lơi mà
xa vời u u u u u u Gió buông trầm trầm nhạc
chiều lơi. Gió ca u u Gió ca ú u trầm trầm trong lá,
Đẹp tình uyên đôi mơ trăng ngà. Gió ca u u Gió ca trầm
trầm nhịp lời hoài thương lan cùng mây xa gợi vấn vương... Gió trầm trầm.

GIÓ MÙA XUÂN TỚI

Hoàng Trọng

Dm
Đất trời vui đón Xuân tưng bừng. Muôn sắc khoe tươi.
G
C
FINE
Cm
Reo hát ca vang lừng trời Xuân. Trời Xuân tô màu
Fm
Cm
sắc là những đóa hoa khi trời Xuân thắm tô cho đời muôn màu.
B♭
Cm
Cm
Nồng ngát hương thơm. Trời Xuân mang niềm
A♭
Fm
G7
nhớ cho những kiếp người sống lạc loài. Ước mong
Dm
Cm
C
mùa Xuân rắc reo khắp nơi trần thế Gió mùa Xuân......

Trong xứ lang thang giữa bụi đời
Có người thân mến ở xa xôi...
Hoàng Giác
*

Giờ Xa Lắm Rồi

Song Ngọc & Hoài Linh

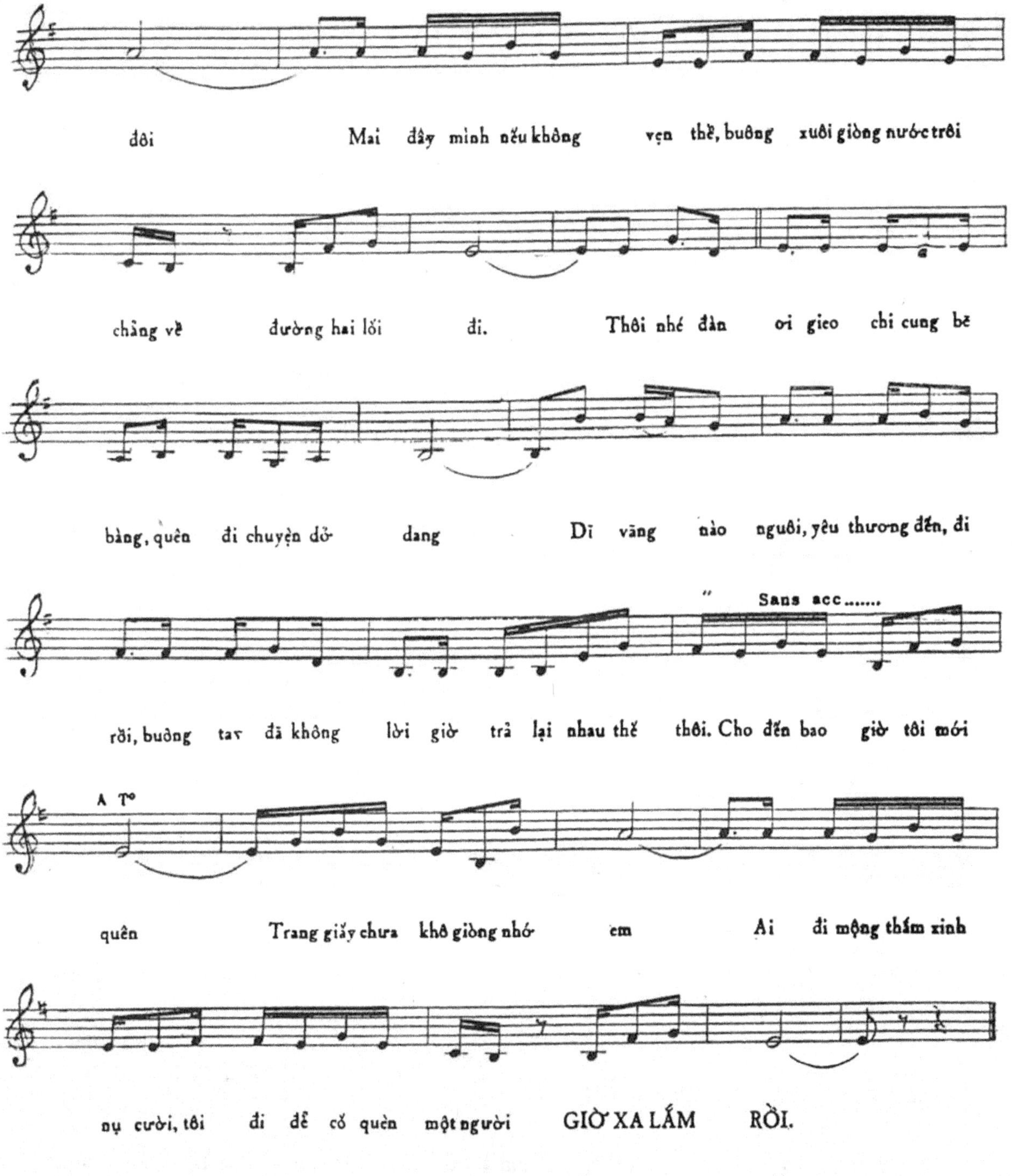
đôi Mai đây mình nếu không vẹn thề, buông xuôi giòng nước trôi
chẳng về đường hai lối đi. Thôi nhé đàn ơi gieo chi cung bẽ
bàng, quên đi chuyện dở dang Dĩ vãng nào nguôi, yêu thương đến, đi
Sans acc.......
rồi, buông tay đã không lời giờ trả lại nhau thế thôi. Cho đến bao giờ tôi mới
A T°
quên Trang giấy chưa khô giòng nhớ em Ai đi mộng thắm xinh
nụ cười, tôi đi để cố quên một người GIỜ XA LẮM RỒI.

GIỌT LỆ CHO NGÀN SAU

Nhạc & Lời: TỪ CÔNG PHỤNG

1969

E♭ B♭7 Fm B♭ Cm A♭ E♭
kiếp sống đã rêu phong rồi Giọt nước mắt xót xa nhỏ xuống trái tim khô một
B♭ E♭ A♭ E♭ B♭7
đời tôi tê tái... Lắng nghe muôn cung sầu hắt xuống đời Một trời tôi thương đau
E♭ B♭m A♭
một trời em mưa mau Sống buông xuôi theo ngày tháng từng thu qua vời trông
E♭ B♭m A♭
theo đã mờ. Lệ rơi trên tim tôi Lệ rơi trên đôi môi Yêu nhau một
A♭ E♭ B♭7 E♭
thời xa nhau một đời Lệ này em sẽ khóc ngàn sau
A♭ E♭ B♭7 Cm B♭7 E♭
Yêu nhau một thời xa nhau một đời Lệ này em nhỏ xuống hồn tôi

Giọt lệ thiên thu

Trịnh Công Sơn

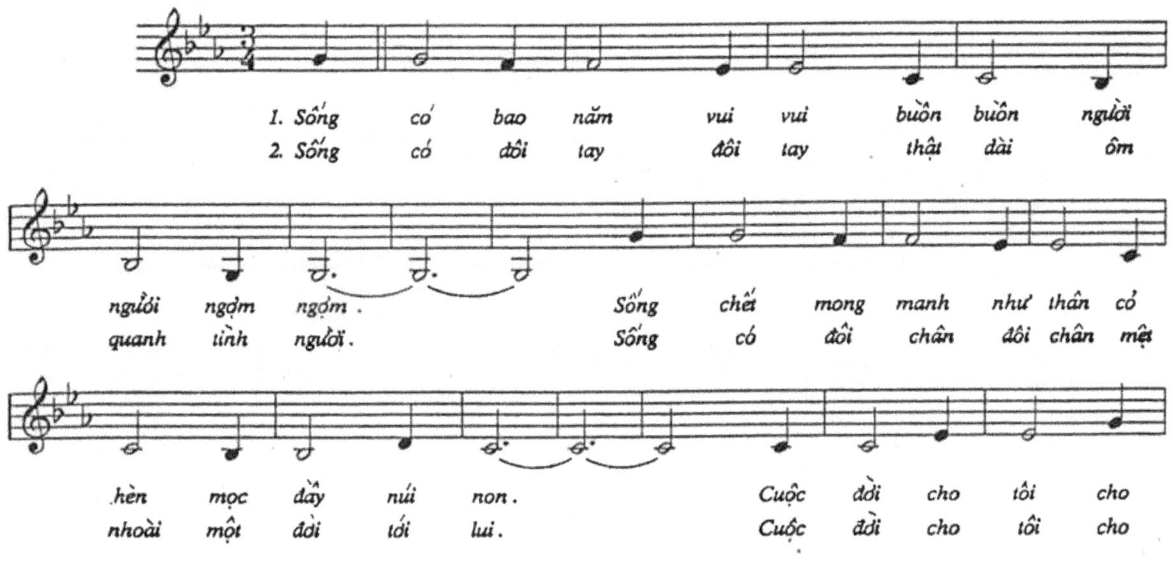

tôi tiếng nói đôi khi vui tươi. Cuộc đời cho
tôi trái cấm trên đôi môi em Cuộc đời cho
tôi cho tôi tiếng nói đôi khi ngậm ngùi. Gió
thêm cho em có cánh bay đi vội vàng. Núi
núi bay qua lao xao bụi bờ lao xao bờm ngựa
đứng quanh năm đất muôn đời nằm riêng ta rộn ràng
Nắng quái yêu ma lung linh thành trì lung linh cửa nhà
Đứng giữa thiên nhiên thân ta nặng nặng thân chim nhẹ nhàng
Bước tới hư vô khoác áo chăn như long lanh giọt
Muôn nơi đôi câu giữa chốn thường đau chim xanh bạc
lệ long lanh giọt lệ giọt lệ thiên thu.
đầu cây xanh bạc đầu vội vàng theo tôi.

GIỌT LỆ TÌNH

Nhạc: Quốc Dũng
Lời: Quốc Dũng - Đức Cường

Gm C7 F Fm7 E♭ D7
người về với nuối tiếc duyên tình qua. Như muôn
Gm C7 F B♭
đời giòng sông mênh mông, đưa con thuyền tình trôi long đong, để
A Gm A7 Dm
cho ngàn năm bến bờ mỏi mong. Dấu chân
Dm F A7 Dm C7
xưa đã héo gầy. Bước trơ vơ quanh lối này. Khung trời
F Gm A7
thu sầu vương mắt em màu mây. Thiết tha
Gm C7 F Em A7 Dm C7
xưa đôi mắt nhìn xót xa nay cho chúng mình. Tâm hồn
B♭ A7 Gm Dm
FINE
ta còn mãi chan hòa những dòng lệ tình.

Giọt nắng bên thềm.

Thanh Tùng

Nhạc sĩ Thanh Tùng
(1948-2016)

GIỌT MƯA THU

Đặng Thế Phong-Bùi Công Kỳ

Em G A
Hồn thu tới nơi đây gieo buồn lây. Lòng vắng muôn bề không liếp
Em G Am C Bm
che gió về. Ai nức nở thương đời trôi buông
D B7 Em C Em
mau dương thế bao la sầu. Người mong mây tan cho gió hiu hiu lành
Bm Em G Am Bm
mây ngỏ trời xanh. Chắc gì vui, mưa còn rơi. Bao kiếp sầu ta
Em C Em Am
nguôi. Gió xa xôi vẫn về. Mưa
D B7 C
giăng mù lê thê. Đến bao năm nữa
G Bm B7 Em
FINE
trời? Vợ chồng Ngâu thôi khóc vì Thu.

GIỌT MƯA TRÊN LÁ

Nhạc và lời : Phạm-Duy

BOSTON

về... Gọt mưa trên lá Tiếng khóc oa oa Đứa
người... Giọt mưa trên lá Tiếng khóc chơi vơi Thế
đâu... Ciọt mưa trên lá Thấp thoáng bơ vơ Khép
bé chào đời cho chúng ta nụ cười... Giọt mưa trên
giới lạc loài chưa thoát ra phận người... Giọt mưa trên
nép đợi chờ Xa cách nhau vài giờ... Giọt mưa trên
lá Tiếng nói bao la Tóc trắng dậm đà Êm ả ru tình
lá cố gắng nguôi ngoai nói với loài người Xin cứ nuôi mộng
lá Dĩ vãng xa xôi sớm tối bùi ngùi Xa cách nhau vì
già... (Giọt)
dài... (Giọt)
đời... (ù u u ú — ù u u
RALL.....
u — ù u u ú — ù u u ú)

Giọt nắng hồng

Ngô Thụy Miên

mộng. Đem nắng cho tay qua trời, nguyện tình yêu tươi màu mắt. Ngắt chiều cong
viền nắng khóc trên đôi tay ngà. Hồn giấc mùa rơi âm thầm và mầu nắng chết trên
mi Vài nắng hôm nay về với mây hồng
Về thăm cô bé thường ước hay mơ. Để đá hôm xưa thôi nghe giận
hờn. Chuyện mình đừng quên nghe em, gọi nắng cho vừa mắt ai.

GIỌT NƯỚC MẮT NGÀ

NHẠC VÀ LỜI : NGÔ THỤY MIÊN

F C Am
Em về đan tóc lụa là kết từng chuỗi ngày buồn riêng
G7 C Em
mang. Anh đi về dấu giáo đường cho cuộc tình bay
F C F
cao cho lòng mình xôn xao. Em cuộn theo tháng ngày
C C G7 C C
dài kiếp này trót gặp người cho buồn. Trong áng mây u
Am Dm
hoài giọt lệ nào thương vay tình đành tràn mi
C Am
cay Đau thương xé môi gầy mà lòng vẫn mơ
Dm G7 C
say ôi giọt nước mắt ngà cho cuộc tình đầu tiên.

Giọt Sầu Trinh Nữ

Thu H. Nguyễn

Dm Gm 3fr. Dm Gm 3fr. C Dm
người. Với nhau trong phút giây, rồi xa vời đó
A7 Gm 3fr. A7 Gm 3fr.
đây cho lòng bùi ngùi riêng ai. Đến nhau đem thiết
C Dm A7 B♭ A7
tha. Rồi đôi đường cách xa. Chỉ còn bẽ bàng mình
Dm Gm 3fr. Dm Dm
ta. Thương ai, ai biết được tâm hồn này.
B♭ Dm
Duyên đâu đưa đến để duyên phụ người. Tình chỉ là hạt lệ
D7 Gm 3fr. C A7 Dm
FINE
rơi. Đời chỉ là bể sầu thôi. Thì xin cuối xuống ngậm ngùi.

Giọt sương trên mi mắt

Nhạc và lời : THANH TÙNG

G Dm
khóc cho lòng nhẹ nhàng hơn. Vì có những lúc
F
ta nhìn cuộc đời Niềm vui trong ánh mắt còn lệ buồn
G Gm B♭
lệ buồn trên môi. Xin em hãy khóc Nồng nàn từ con tim
E♭ F Gm
Xôn xao dòng nước mắt Hết muộn phiền trong em Khi ta đã có
B♭ E♭ F
Nụ cười ở trong tim Giọt sương trên mi mắt là mặt trời
G Dm
mặt trời dịu êm Giọt sương trên mi mắt
F G
Là mặt trời mặt trời dịu êm.
Fine

GIỮ ĐỜI CHO NHAU

Thơ: DU TỬ LÊ
Nhạc: TỪ CÔNG PHỤNG
1970

D7 Bm F#m7 G
em hơi thoảng chỗ nằm dấu quanh dấu quẩn nỗi buồn một nơi. Tạ ơn
D7 G Em
em Tạ ơn em. Ơn em tình những mù
Am Bm G F#m
lòa như con sâu nhỏ bò qua giấc mùi Ơn em hồn sớm ngậm
D D7 G D7
ngùi kiếp sau xin giữ lại đời cho nhau. Tạ ơn em Tạ ơn
G
em Ơn .....

Gọi Em Là Đoá Hoa Sầu

Thơ Phạm Thiên Thư

Nhạc: Phạm Duy

thề! ẦN LAN ơi! ơi mái tóc thề mùa xuân nay làn gió có về vỗ về hương
xưa? đêm nao học dưới học dưới trăng mờ dòng chữ hững hờ... thoảng
nghe tiếng hải của em tiếng hải của em tiếng hải của em như sương lắng
đọng lắng đọng trên thềm trên thềm ngõ sau.. ngõ... sau em
cười đem lại cho nhau đem lại cho nhau đem lại cho nhau sợi tơ mớ
tóc(a) ối a a buộc vào buộc vào với hoa hoa ngâu vàng! ngủ
quên trên sách mơ màng tập sách thơm ngoan áp má mê man gió lùa tỉnh
dậy mùi lan chập chờn ẦN LAN ơi! em dỗi em hờn ẦN LAN
ơi! em dỗi em hờn ẦN LAN ơi! như những cơn buồn nỗi buồn thơm
lâu em ơi! gọi em là đóa hoa sầu là đóa hoa sầu....
rall

Gọi Người Yêu Dấu

Vũ Đức Nghiêm

F C7 F
khuâng, nhớ ngày vui đã qua nhanh. Thương đôi mắt sao trời lung
Dm C7 F F7
linh. Thương yêu ngón tay ngà xinh xinh. Thương yêu dáng vai gầy thanh
B♭ Gm 3fr. C7 B♭
thanh. Thương yêu vòng tay ghi xiết ân tình. Thương yêu dáng em buồn bơ
Am Gm 3fr. B♭ Am
vơ. Thương yêu nét môi cười ngây thơ. Thương yêu tóc buông lơi dịu
Dm C7 F
dàng. Thương em mong manh như một cành lan. Gọi người yêu dấu xa
.....người yêu dấu muôn
A7 B♭ C7
vời. Mà lòng lưu luyến bồi hồi. Ngày biệt ly đành nhớ nhau
đời. Nghẹn ngào không nói thành lời. Tình yêu xưa ngày tháng phôi
Dm G C7 F
1. 2.
FINE
thôi khi chiều nhẹ rơi. Gọi......
pha biết bao giờ..... ......nguôi.

Gọi Tên Anh

1994

Nhạc & Lời : Ngô Thụy Miên

E E7 A
sương chiều hờn dỗi. Gọi tên anh cho
E B7
tan nát mây trời Bao yêu dấu trong đời nay
E E
đã xa mù khơi. Em ngồi nơi đây đêm
B7 E B7
cô đơn một bóng Để chiều nhẹ bước mây
E E7 A
kín dâng sầu. Chiều nay em muốn ngồi một
A E
mình Chiều nay em ước một chuyện tình Và
B7 E
chiều nay em vẫn xin gọi tên.

GỌI TÊN BỐN MÙA

Trịnh Công Sơn

2
về giọt nắng nhấp nhô. Em dừng... ...về vào ngày tuổi em trên cành bão
3
bùng. Rồi mùa xuân không về, mùa thu cũng ra đi, mùa đông vời
3
vợi, mùa hạ khói mây. Rồi từ nay em gọi tình yêu dấu chim
bay, gọi thân hao gầy, gọi buồn ngất ngây. Ôi tóc em dài đêm thần
thoại, vùng tương lai chợt xa xôi, tuổi xuân ơi sao lạnh giòng máu trong
người. Nghe xót xa hằn lên tuổi trời. trẻ thơ ơi, trẻ
thơ ơi, tin buồn từ ngày mẹ cho mang nặng kiếp người.

GỢI GIẤC MƠ XƯA

Lê Hoàng Long

Em G Bm D Em
bóng đã quá xa mờ dần theo thời gian. Kiếp sau xin
xuống mưa gió tiêu điều gieo trên giòng Hương. Tháng năm chưa
A7 D D7
chắp lời thề cùng sóng bước lang thang. Em ơi, tình duyên lỡ làng
xóa niềm sầu vì dứt khúc tơ vương. Anh ơi, đời đã lỡ hẹn
G E7 D G
rồi còn đâu nữa mà chờ. Anh đi lòng vương vấn lời
thề thì đâu có ngày về. Xa anh đời em tắt nụ
Bm C D D7
thề nhớ kiếp sau chờ nhau. Tha hương lòng luôn nhớ ngày
cười héo hắt đôi làn môi. Đêm đêm đèn le lói một
G E7 D Em
nào cùng tắm nắng vườn đào. Gió xuân sang anh
mình ngồi ôn giấc mộng tình. Kiếp sau đôi tim
A7 A+ D
FINE
rall...
buồn vì vắng bóng người yêu.
hòa chào đón ánh bình minh.

Gởi Gió Cho Mây Ngàn Bay

Đoàn Chuẩn - Từ Linh

C Am Dm G7 C
xanh ái ân về đôi mắt như hồ thu. Thấy hối tiếc
Dm C Em G
nhiều, thuyền đã sang bờ, đường về không lối. Giòng đời trôi đã về
F C G7 C
chiều mà lòng mến còn nhiều đập gương xưa tìm bóng.
Am Em G
Nhưng thôi tiếc mà chi. Chim rồi bay. Anh rồi
F G F
đi. Đường trần quên lối cũ. Người đời xa cách mãi. Tình
G7 C A7
trần không hàn gắn thương lòng. Gửi gió cho mây ngàn
Dm F G7 C F Dm
bay. Gửi bướm đa tình về hoa. Gửi thêm ánh trăng mầu
C Am Dm G7 C
FINE
xanh lá thư về đây với thu trần gian.

Gởi Người Giới Tuyến

Nhật Lệ

C A7 Dm G7 C
mưa. Niềm tin anh giữ trong tim. Ngày còn ánh sáng bình minh. Ngày
Am Dm C F
mai, ngày vui chiến thắng. Đón anh về nắng vàng reo nơi nơi. Đàn
G C F G7
rall...
bé đùa nô trước thềm. Mẹ già vui, thôi hết khóc chia phôi. Tôi mong sao
C F Dm G7 Fm
anh nối nhịp cầu Hiền Lương Nam Bắc. Cho em thơ ngây tóc buông dài xanh tươi màu
C C7 F C A7
mắt. Vui lên anh ơi! Vì đời anh tắm gió sương. Tình em sẽ hết đau
Dm G7 C G7 C
FINE
thương. Mùa xuân hoa thắm ngàn phương. Tôi không quên......
......phương.

Gợi Nhớ Quê Hương

Thanh Sơn

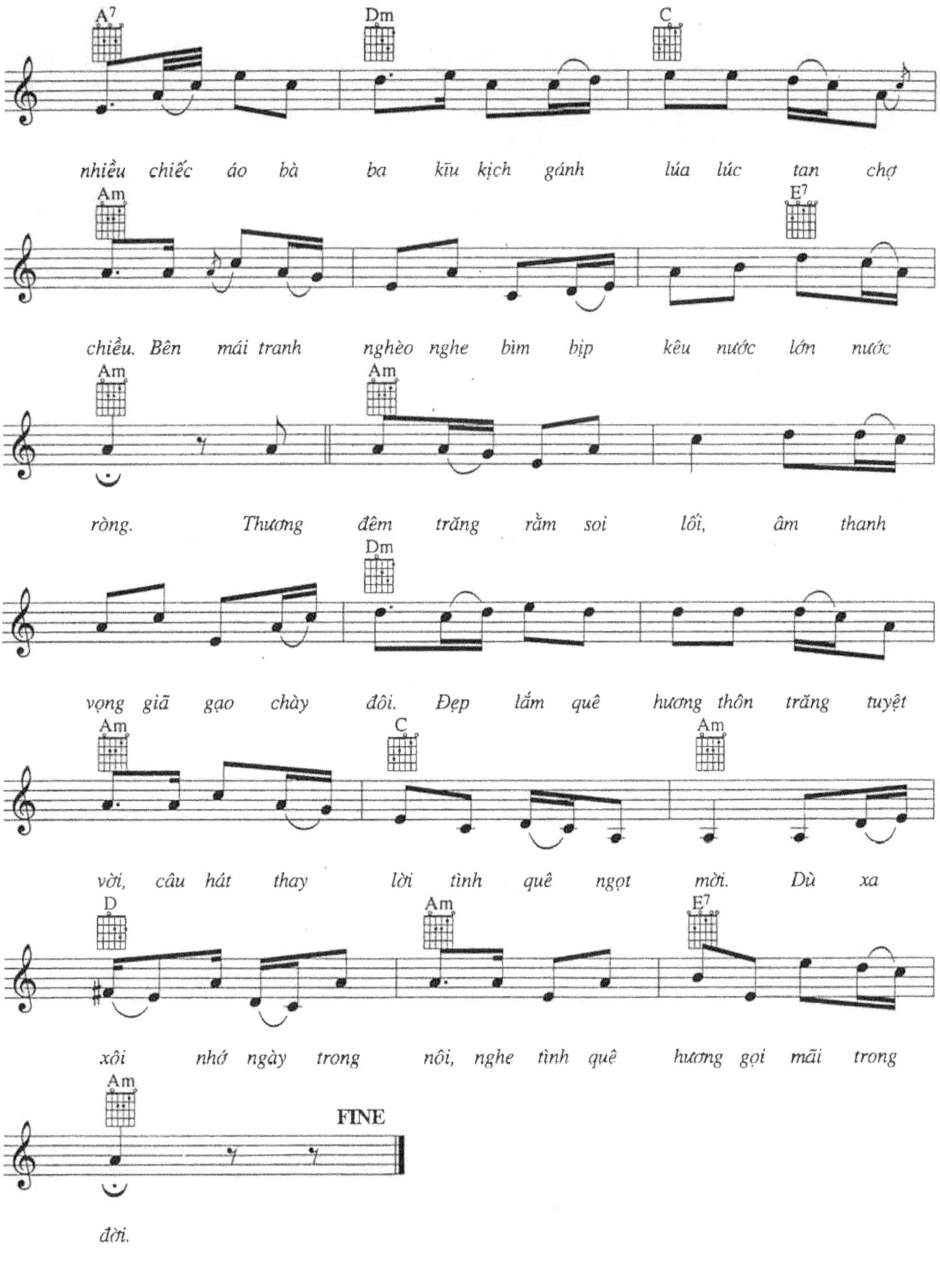
A7
Dm
C
nhiều chiếc áo bà ba kĩu kịch gánh lúa lúc tan chợ
Am
E7
chiều. Bên mái tranh nghèo nghe bìm bịp kêu nước lớn nước
Am
Am
ròng. Thương đêm trăng rằm soi lối, âm thanh
Dm
vọng giã gạo chày đôi. Đẹp lắm quê hương thôn trăng tuyệt
Am
C
Am
vời, câu hát thay lời tình quê ngọt mời. Dù xa
D
Am
E7
xôi nhớ ngày trong nôi, nghe tình quê hương gọi mãi trong
Am
FINE
đời.

Góp lá mùa xuân

Trịnh Công Sơn

tím về sông Còn em xanh mướt hồng nhan. Chiều
em ra bến cầu Kinh Người phu quét lá bên đường Quét
cả nắng hồng Quét Hạ buồn tênh. Mầu da em đã nâu
hồng chân nhộn phố phường em về biển xa. Bàn chân thoát
chốn ao tù em về đứng chờ dưới ngọn tình ca. Mùa xuân lót
lá em nằm Lót đầy hố hầm Lót lời đạn bom.. Người
phu thôi quét bên đường Quét chỗ em nằm Quét cả mùa. Xuân.

Gửi Người Chưa Quen

Song Ngọc & Hoài Linh

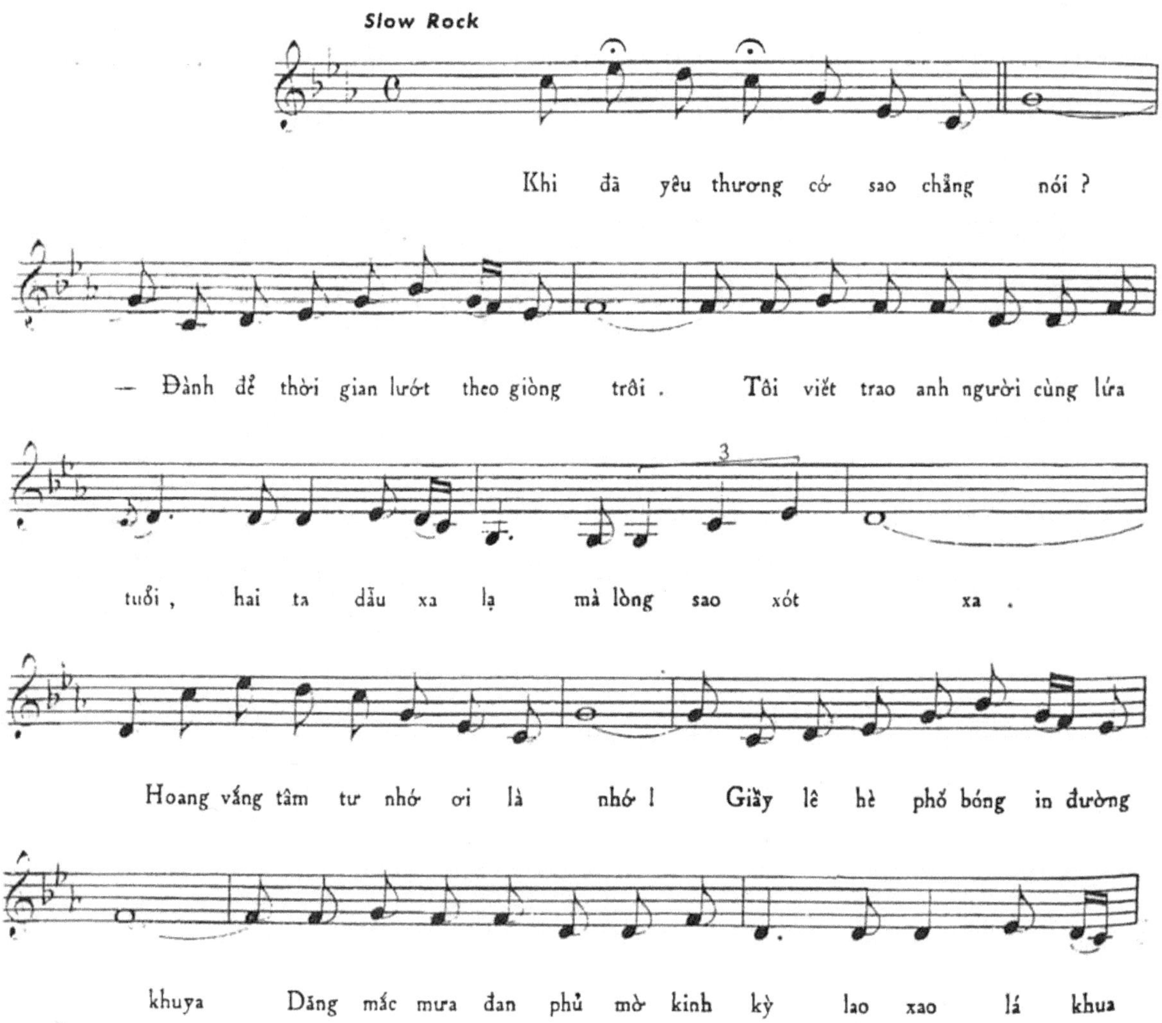

hè tưởng như bước chân về. Anh ơi đêm nay tôi ngước
nhìn bầu trời. Phương Nam bao la mơ ước
gặp một người đã đi vào thu ngát ánh
sao tóc phai mầu tim héo thương đau cánh chim bằng giờ đây về
đâu? Khi đã yêu thương có sao chẳng nói
— Mộng nào đẹp hơn giấc mơ thành đôi Hơn chín năm trôi vào lòng thế
kỷ đêm nay giữa kinh kỳ vòng tay đón anh về.

GỬI VỀ ANH

ĐỖ-THU

1° 2°
em đau đớn sót — sa . Ngồi nhìn . . .
bao đêm . . . . nhớ về anh. Em mơ thấy anh
về trong nắng xuân hoa thắm rơi bên thềm dìu đếm bước anh
đi nhịp cầu ô nối liền vầng trăng trong sáng giòng sông thôi hờn oán
Nối tiếp em mơ nhiều anh với em tay nắm tay đi vào tình ái kết hoa
thơm kìa mùa xuân pháo hồng, hồng như đôi má mỗi khi nhìn anh
CODA
(Gửi về . . . anh — Thư xanh màu xanh ân —
RALL . . . .
ái Em vẫn lạnh lùng vì vắng Anh. —

Hà Nội đêm trở gió

Nhạc : TRỌNG ĐÀI
Lời : CHU LAI - TRỌNG ĐÀI

C Bm Em
Gươm Cô đơn sấu rụng ngoài ngõ vắng. Con sóng nào vẫn
C D G
vỗ về vào đam mê Hà Nội ơi! Hà Nội ơi! Ta nhớ không quên những
Am C
tháng năm qua một nét riêng tư gợi nhắc cho ai là nhắc đến những
G D D7/D G Em
kỷ niệm đã qua. Hà Nội ơi! Nhớ về mùa thu Tháng
(Chiều mùa) thu Gió về dọc trên phố
C Am Bm C
Mười, áo học trò xanh những hàng me Hà Nội ơi! Ta nhớ không
phường nắng vàng hồng tươi những nụ cười Hà Nội ơi! Ta nhớ không
Am D7 1. G 2. G
quên Hà Nội ơi! Trong trái tim ta (a à). Chiều mùa
quên Hà Nội ơi! Trong trái tim... ...ta.

Hà Nội
mùa vắng những cơn mưa

Nhạc : TRƯƠNG QUÝ HẢI
Thơ : BÙI THANH TUẤN

Em
chậm bước ta về. Hà Nội mùa
(Hà Nội mùa)
Am D
này chiều không buông nắng Phố vắng nghiêng nghiêng cành
này lòng bao nỗi nhớ Ta nhớ đêm nao lạnh
G Em Am
cây khô Quán cóc liêu xiêu một câu thơ
đôi tay Hơi ấm trao nhau tuổi thơ ngây
1. B7
3
C Em
Hồ Tây Hồ Tây tím mờ. Hà Nội mùa
2. B7
Em
tưởng như tưởng như còn đây.

Hạ trắng

Trịnh Công Sơn

về nào anh có hay Gọi em cho nắng chết trên sông dài
Thôi xin ơn đời trong cơn mê này gọi mùa Thu tới Tôi đưa em
về chân em bước nhẹ trời buồn gió cao Đời xin có nhau dài cho mãi sau nắng không gọ
sầu Áo xưa dù nhàu cũng xin bạc đầu gọi mãi tên nhau Gọi nắng cho tóc em
cài loài hoa nắng rơi Nắng đưa em về miền cao gió bay Áo em bây
FINE
giờ mờ xa nẻo mây gọi tên em mãi suốt cơn mê này.

HAI LỐI MỘNG

Trúc Phương

F Dm E7
chia tay đi nhé. Để chốn nao với nhiều mưa gió lộng ta dừng vui bến
Am C Am
mộng. Bao lần đi gối mỏi chân mòn. Tâm tư nặng vai gánh. Đường
F C Em
trần cho đến nay chỉ còn: Bờ mi khép kín giấc ngủ nào
Am E7 Am
quên. Giấc ngủ nào gọi tên? Thôi nhắc nhở để mà chi, quay về xưa làm
C Am F
gì. Giờ hai lối mộng hai hướng đi. Niềm ưu tư tôi đếm từng
Dm E7 Am
FINE
bước trên phố nhỏ đau gót mềm. Sao rụng nửa đường đêm.

HAI MÀU HOA

dzũngchinh bùituấnanh

nhau, tình trong giây chốc hóa thành thiên thu biết thuở nào nguôi !
Người tình năm xưa nay đã xa rồi Định mệnh buông trôi khe khắt đôi
nơi, sống chôn kỷ niệm để rồi thác âm thầm. Tiếng lòng nức
nở một đời người không thôi. Chuyện thần tiên xưa ai biết đâu ngờ. Ngồi dệt
nơi dây rung mấy cung tơ. Nói lên tiếng lòng của người hết mong
Nói lên tiếng lòng của một kẻ si
rall....
FINE
chờ. Duyên tình chưa vẹn là một rừng đầy thơ.
tình suốt đời ôm hận vì một người không yêu.

24 GIỜ PHÉP

Trúc Phương

Am E7 Am
ngỏ vụng về ngôn ngữ tình làm bằng dấu đôi tay. Bốn giờ
F Am C
đi, dài thêm bốn giờ về. Thời gian còn lại, anh cho em tất cả em
Am G G7
ơi! Ta đưa ta đến vùng tuyệt vời. Đêm lạc loài giấc ngủ mồ
C Am
côi. Người đi chưa đợi sáng đưa nhau cuối đường sợ làm đêm vui rũ
F G7 C
xuống. Thương quê hương và bé nhỏ tình này. Ngẩng trông đôi mắt
Am E7 Am
FINE
đỏ vì mình mười sáu giờ bỏ trời đất bơ vơ.

HAI NĂM TÌNH LẬN ĐẬN

Thơ NG. TẤT NHIÊN   Phạm Duy phổ nhạc

57

GIẤY PHÉP SỐ 2973/FTUDV/KBALP/N
NGÀY 01 THÁNG 06 NĂM 1973

HAI NGƯỜI TÂM SỰ

Thanh-Sơn

V

vàng, đừng khơi thêm nét sầu !
Rồi từng đêm mưa gió buốt tim
côi nghe lòng thương nức nở !
Tạm biệt nhau ta biết nói chi
hơn, mong đến ngày đường hoa tươi khắp trời.
Sợ khi xa cách biết sau
này còn gặp nhau không ? !
Một người ra đi sương gió chốn
quan san lòng mang lý tưởng.
Đoạn đường thênh thang biết mai ra
sao khi tình yêu đến muộn.
Đếm bước vào tương lai mơ đến ngày
nao đời ta có nhau
Nếu yêu rồi đừng thương tiếc xa
xôi. Đêm nay tâm sự, ngày mai tiễn đưa buồn !
FINE

HAI PHƯƠNG TRỜI CÁCH BIỆT

HÀ-THANH đã hát vào dĩa "CONTINENTAL"
với ban nhạc của tác-giả

HOÀNG - TRỌNG

Tình Khúc " Hai Phương Trời Cách Biệt" do Hoàng Trọng sáng tác năm 1963 tại Sài-Gòn. Bản này đã do nhà xuất bản Minh-Phát ấn hành lần thứ nhất năm 1963.

HAI TÂM HỒN

SONG-NGỌC

xa xa... in bước trên đường hoa, nay thời gian xóa biết bao nhiêu ngày
qua... Nhiều khi tôi thương nhớ muôn vàn... hằng
mong quê mình sớm vẻ vang... anh trai chiến trường cùng về vui đêm phố
phường, tay lại trong tay... Tôi vẫn thường tìm vào xa xôi,
khi chúng mình đời lại đôi nơi, tôi còn thương
nhớ bao giờ nguôi vấn vương trong hồn câu chuyện đời, anh vẫn một đời vì
quê hương, tôi chồn dặm trường ngàn phong sương... In mòn đôi
gót trên mười phương giữ trong tâm hồn một niềm thương...

Hai Vì Sao Lạc

Anh Việt Thu

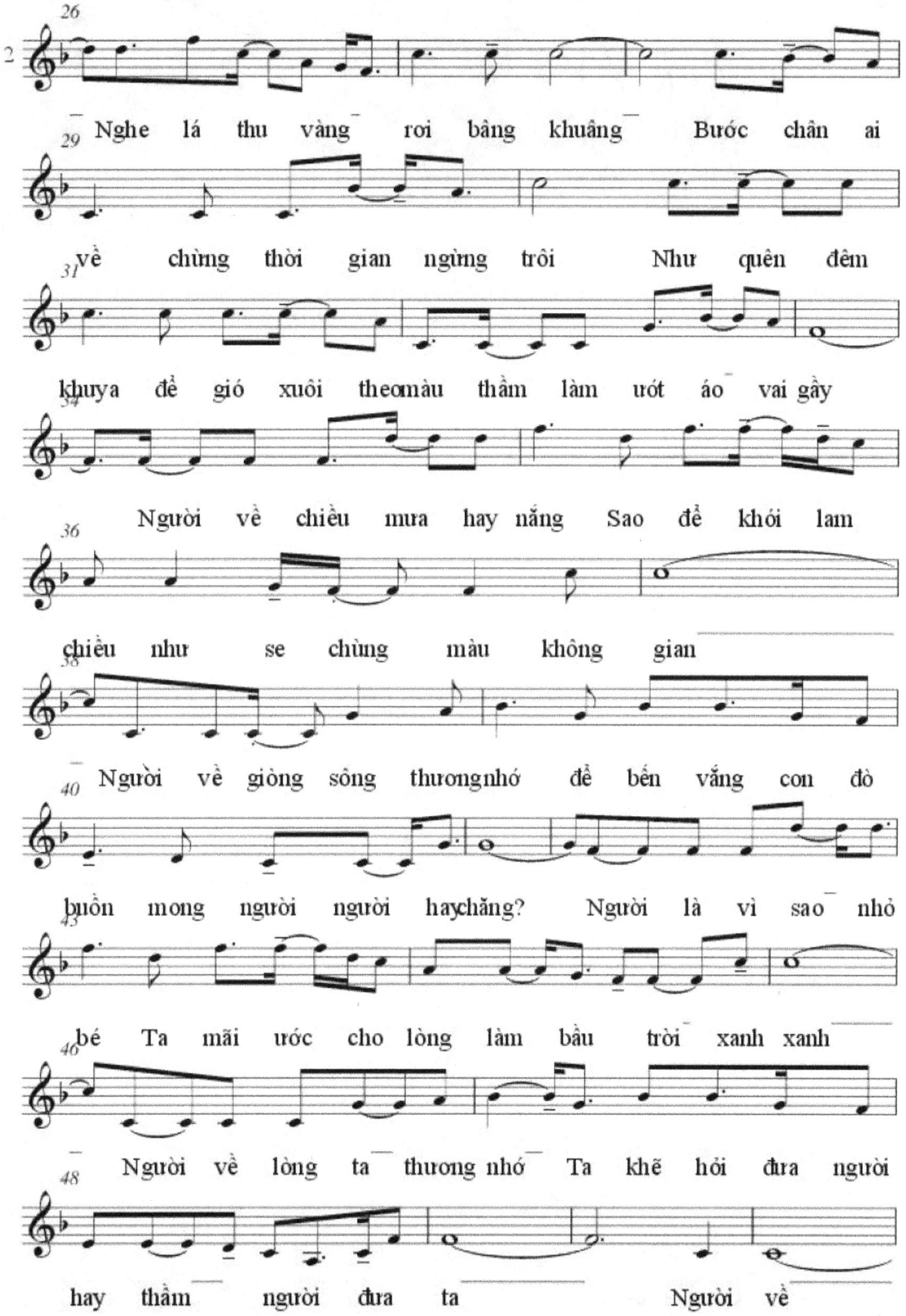
26
Nghe lá thu vàng rơi bâng khuâng Bước chân ai
29
về chừng thời gian ngừng trôi Như quên đêm
31
khuya để gió xuôi theo màu thẫm làm ướt áo vai gầy
34
Người về chiều mưa hay nắng Sao để khói lam
36
chiều như se chùng màu không gian
38
Người về giòng sông thương nhớ để bến vắng con đò
40
buồn mong người người hay chăng? Người là vì sao nhỏ
43
bé Ta mãi ước cho lòng làm bầu trời xanh xanh
46
Người về lòng ta thương nhớ Ta khẽ hỏi đưa người
48
hay thầm người đưa ta Người về

XUÂN
MINH-KỲ & LÊ-DINH
Thấm thoát là đây một mùa Xuân
mới với ngàn cánh mai vàng. Nụ cười trên
môi trên làn má ai đón Xuân tươi vừa sang.
— Biết chúc chi đây khi làn gió Xuân về, giấy trắng ghi
lại đôi giòng nhạc tâm tư làm thơ trao duyên gửi người đôi câu
chúc nhau vào lúc đầu Xuân. Xuân nay tôi
chúc người miền biên cương muôn ngàn câu mến thương, mong Xuân yên
ẤN PHẨM CỦA TINH HOA MIỀN NAM
31 ĐẠI-LỘ TRẦN-HƯNG-ĐẠO SAIGON
VỚI SỰ CỘNG TÁC CỦA MỘT NHÓM
CA NHẠC SĨ THỦ ĐÔ XUẤT BẢN

NHẠC PHẨM "HẠNH PHÚC ĐẦU XUÂN" CỦA [illegible] TÁI BẢN – BÌA OFFSET [illegible]
G.P. SỐ [illegible] SAIGON NGÀY [illegible] – NHẠC IN TẠI NHÀ IN NGUYỄN ĐÌNH VƯỢNG. GIÁ [illegible]

hạnh phúc hôm nay

nhạc và lời: TRƯỜNG SA

* Viết tại Canada tháng 02/1998

HẬN LY HƯƠNG

ANH - HOA
và
NGỌC - LONG

Ấn-phẩm 1955 của TRUNG-VƯƠNG

Bản HẬN LY HƯƠNG do nhà xuất bản *TRƯNG-VƯƠNG* ấn hành lần thứ nhì. Ngoài những bản thường, còn in thêm những bản đặc biệt loại giấy tốt để tặng.

TV

Tâm Ca Số 10

Hát Với Tôi

Nhạc và Lời
Phạm Duy

Diễn Tả

2

Hát với tôi trong lúc chơi hay trong khi làm.
Hát với tôi trong đám đông hay trong phòng loan.
Từ vỉa hè thơm cát bụi đen,
Từ ruộng đồng xanh ngát thần tiên,
Từ biển vàng lời ca vượt sóng lên ngàn.
Hát với tôi thương lúa non không ưa phũ phàng.
Hát với tôi thương cánh hoa sớm nở chiều tan.
Buồn vì người reo rắc lầm than,
Mừng vì còn mong ước người hơn,
Vì lòng còn tin yêu còn hát nghìn năm.
(về **ĐIỆP KHÚC**)

3

Hát với tôi khi sắp chui vô trong quan tài.
Hát với tôi khi mới mang thân phận bào thai.
Vào cuộc tình đôi lứa sục sôi,
Vào mộng đời tan vỡ tả tơi,
Vào tuổi già êm như làn khói lưng trời.
Hát với tôi trong cõi tim sâu xa tuyệt vời.
Hát với tôi vươn mãi ra đến tận mù khơi.
Đừng thèm nhờ máy hát lạ tai,
Đừng thèm nhờ ai hát hộ ai,
Để lòng mình dâng lên miệng hát đầy vơi.
(về **ĐIỆP KHÚC**)

HÃY NGỒI XUỐNG ĐÂY

Lê Uyên Phương

HƠI NHANH DỒN DẬP

đây như trong lần đầu bối rối bên nhau vai rung thẹn
lời mắt sáng môi trinh da thơm tình ngời
Trên trời có mây sau cành lá xanh mây bay từng
đàn lá thắm hoa tươi em ơi ngày buồn sẽ chóng qua
đi Hãy ngồi xuống đây Hôn nhau lần
nầy Hãy ngồi xuống đây Cho nhau lần nầy Hãy ngồi xuống
Tacet....
At
đây Chia tay lần nầy Hãy ngồi xuống
đây như loài cỏ tranh chen nhau từng hàng xoắn xít bên
nhau vui chơi cuộc đời cỏ rác hôm nay

Hãy ngồi xuống đây trên lưng cuộc đời thách đố thương
đau
2
Vuốt ve cuộc
đời từ mùi son phấn trên mặt người
trong đau đớn điên cuồng đó
Vun kiếp sống không ngơi Cách
xa vời vợi Một ngày qua giấc mơ vùi
dần Rồi mùa Đông đến Rồi mùa
Xuân đến Cuộc đời vẫn quay đều
Hãy ngồi xuống đây như loài thú hoang yêu nhau ngoài

đồng dưới nắng ban mai phô thân trần truồng kiếp sống hoang
sơ Hãy ngồi xuống đây Hôn nhau lần
nầy Hãy ngồi xuống đây Cho nhau lần nầy Hãy ngồi xuống
Tacet.... At
đây Chia tay lần nầy Hãy ngồi xuống
đây vai kề sát vai cho da thịt nầy đốt cháy thương
đau cho cơn buồn nầy rót nóng truy hoan cho thiên đường
nầy bốc cháy trong cơn chia phôi chia phôi tràn trề
Hãy ngồi xuống đây bên con vực
nầy ngó xuống thương đau

Hãy yêu nhau đi

Trịnh Công Sơn

2 G7 C C7 F
... có xa người . Hãy yêu nhau đi quên
Dm G G7 C
ngày u tối Dù vẫn biết mai đây xa lìa thế
Em A7 Dm Am Em
giới mặt đất đã cho ta những ngày vui với Hãy
D7 G7 C
nhìn vào mặt người lần cuối trong đời . Hãy
C Am Dm
yêu nhau đi bên đời nguy khốn Hãy yêu nhau
... trao cho nhau muôn ngàn yêu dấu Hãy trao cho
G7 C Dm
đi bù đắp cho trăm năm Hãy yêu nhau đi cho
nhau hạnh phúc lẫn thương đau Trái tim cho ta nơi
Am Em G Dm 1 D7
ngày quên tháng Dù đêm súng đạn dù sáng mưa
về nương nấu Được quên rất nhiều ngày ...
G7 2 G7 C
bom Hãy ...
... tháng tiêu điều .

Hãy Yêu Như Chưa Yêu Lần Nào

Nhạc: Lê Hữu Hà - Nguyễn Trung Cang
Lời: Lê Hựu Hà

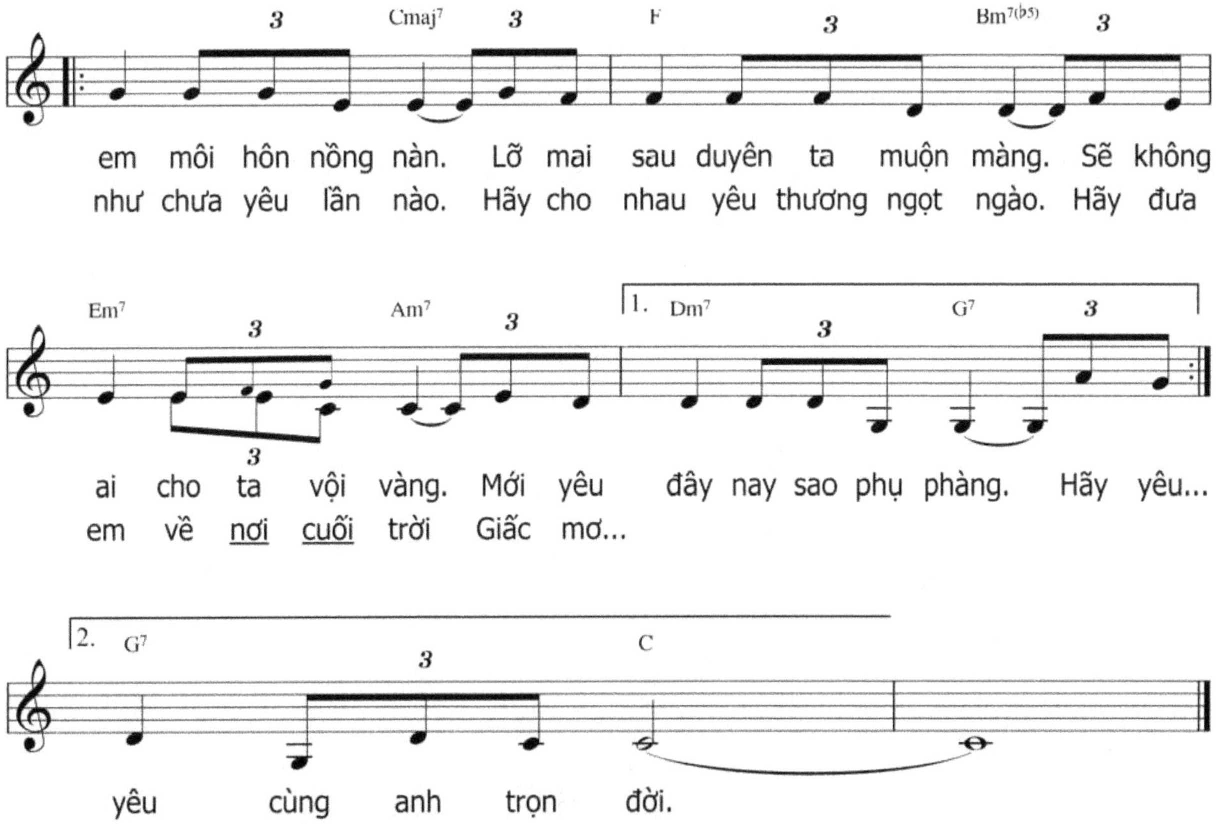
Cmaj7 F Bm7(b5)
em môi hôn nồng nàn. Lỡ mai sau duyên ta muộn màng. Sẽ không
như chưa yêu lần nào. Hãy cho nhau yêu thương ngọt ngào. Hãy đưa
Em7 Am7 1. Dm7 G7
ai cho ta vội vàng. Mới yêu đây nay sao phụ phàng. Hãy yêu...
em về nơi cuối trời Giấc mơ...
2. G7 C
yêu cùng anh trọn đời.

HẬN ĐỒ BÀN

Xuân Tiên

Em Bm F#
năm buồn ngân âm thầm hòa bài hận vong quốc ca. Người
theo thời gian nhưng hồn ngàn đời còn theo nước non. Người
Bm D Bm
xưa đâu? Mà tháp thiêng cao đứng như buồn rầu.
xưa đâu. Mồ đắp cao nay đã sâu thành hào.
Em A Bm
Lầu các đâu? Nay thấy chăng rừng xanh xanh một màu.
Lầu các đâu? Nay thấy chăng rừng xanh xanh một màu.
D Em
Đồ Bàn miền Trung đường về đây... Máu như loang
F#m Bm D
thấm chưa phai dấu. Sương trắng sâu vùi khí hờn căm... khó
Em Bm Em
tan. Kìa ngoài trùng dương đoàn thuyền ai. Nhấp nhô trên
F#m Bm D Em F#m
sóng xa xa tấp! Mơ bóng Chiêm thuyền Chế Bồng Nga... Vượt khơi (Về)
Bm
FINE
Người xưa đâu? Người xưa đâu? Người xưa đâu?

Hẹn Hò

Nhạc và lời : Phạm Duy

Một người bèn ra ven sông
Buông theo nước cuồn cuộn mau...
Một người chìm sâu
Trong khi mưa Ngâu bỗng ngừng ngang đầu !
Cuộc tình thương đau
Êm êm trôi theo nước suôi về đâu ?
Hẹn hò gặp nhau Thiên Thu
Cho phong phú đời người sau.

Saigon 1954
(thời chia đôi đất nước)

HẸN MỘT NGÀY VỀ

Nhạc và Lời : **LÊ - HỮU - MỤC**

Ấn-phẩm 1956 của TINH-HOA — HUẾ (Việt-Nam)

BẢN «HẸN MỘT NGÀY VỀ» DO TINH-HOA ẤN-HÀNH LẦN THỨ NHẤT NGOÀI NHỮNG BẢN THƯỜNG CÒN IN THÊM 30 BẢN ĐẶC-BIỆT TRÊN GIẤY QUÝ ĐÁNH DẤU TỪ L. H. M. I ĐẾN XX — T. H. I ĐẾN X ĐỀU CÓ ĐÓNG TRIỆN SON T. H. ĐỂ TẶNG KHÔNG BÁN.

T. H. 443

HÌNH ẢNH HAI CUỘC ĐỜI

(TỨC ÔNG LÁI ĐÒ)

Lời và nhạc : HIẾU - NGHĨA

Để tặng ông Lái đò xã T.H. và những con đò khác đã đưa khách sang sông trong mùa chinh chiến. H.N.

Đã do Tác-giả, cô Bích-Nhuận và Ban nhạc Sàm-Giang trình bày nhiều lần ở Đài Phát Thanh Pháp Á.

trường ngủ muôn đời. Ông Lái đò trong tuổi già bóng xế. Còn mong gì thấy được ánh
hồng tươi. Nhưng một hôm ánh hồng lên rực rỡ. Non Sông rền một điệu nhạc
oai hùng. Giòng sông xưa chuyển mình lên ham hở. Muôn hoa tươi căng thẳng nhựa sống hùng
(Hát theo dấu nhạc thật êm)
Ông Lái đò giờ đây già yếu lắm. Cũng thấy lòng sống lại tuổi đôi
mươi. Hồn rung mạnh trước cảnh đời tươi thắm. Nỗi mừng vui không thốt
được nên lời. Từ hôm đó bến đò ông sống dậy. Bao nhiêu
chiều đã đón khách sang sông. Những người khách không giống ngày xưa
chậm dần lại....
ấy. Họ về đây hồn nặng trĩu bên lòng. Họ về đây bụi vương
(nói theo giọng thơ mới trong cung «Ré unire» thật êm)
mình trên nếp áo. Đường xa xăm tóc lộng gió tơi bời. Họ đi rồi ông thấy buồn
(Hát theo dấu nhạc thật êm)
áo não. Vì họ qua bến ấy một lần thôi. Và từ đó bên hàng
lau lả lướt. Khách ngày xưa không trở lại sang sông. Nên mỗi
chậm dần lại đề dứt.....
Hết
chiều thả thuyền theo bến nước. Ông Lái buồn đưa mắt mỏi mòn trông.

A. B. 187

HÌNH ẢNH QUÊ XƯA

Nhạc : Hoàng-Trọng

Lời : Y-Vân

NHẠC PHAM « HÌNH ẢNH QUÊ XƯA » CỦA HOÀNG-TRỌNG VÀ Y-VÂN DO LAM-SƠN ẤN HÀNH LẦN THỨ NHẤT, NGOÀI NHỮNG BẢN THƯỜNG CÓ IN THÊM 50 BẢN ĐẶC BIỆT ĐỂ TẶNG KHÔNG BÁN

Hình Bóng Quê Nhà

Thanh Sơn

F Am F Am
nghiêng, theo nhịp chèo bơi ai ngân nga câu hò. Hò
Dm G Dm G
ơi! Gió đưa gió đẩy về rẩy ăn còng về sông ăn
F Am Dm
cá, về sông ăn cá, về đồng ăn cua. Từ lúc vào
F Am Dm
đời chân quen đất nẻ sớm trưa chiều hè. Ôi! Đẹp làm
G Dm
sao đêm sáng trăng sao gõ nhịp chày mau. Nghe quê
F Am G
hương tiếng gọi mời thương những ngày tha phương. Trong cõi đời
F Am Dm
FINE
ta giữ bên lòng hình bóng quê nhà.

HOA BIỂN

Có một loài hoa biển
...người ta chưa đặt tên
A. T.

Anh-Thy

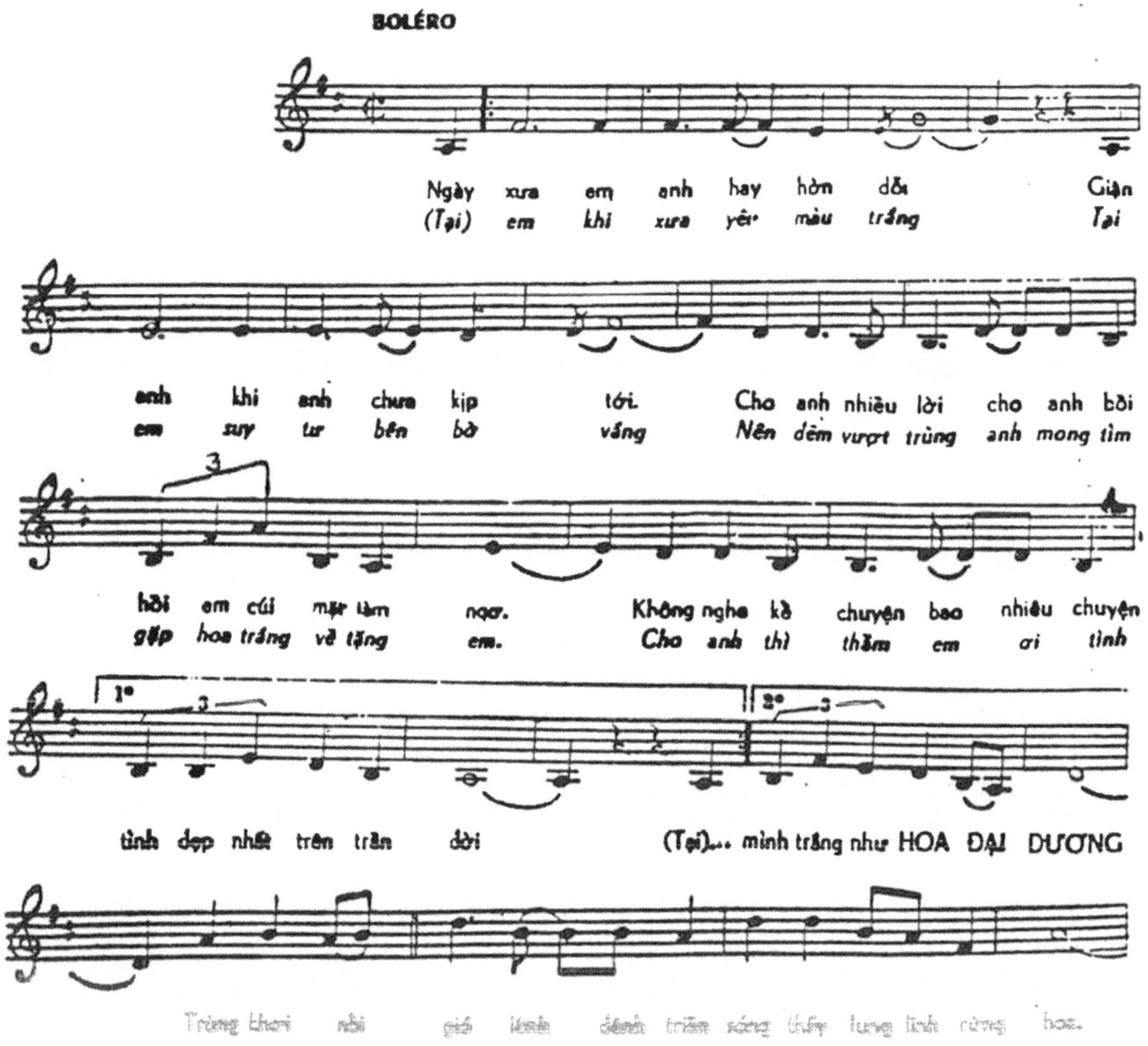

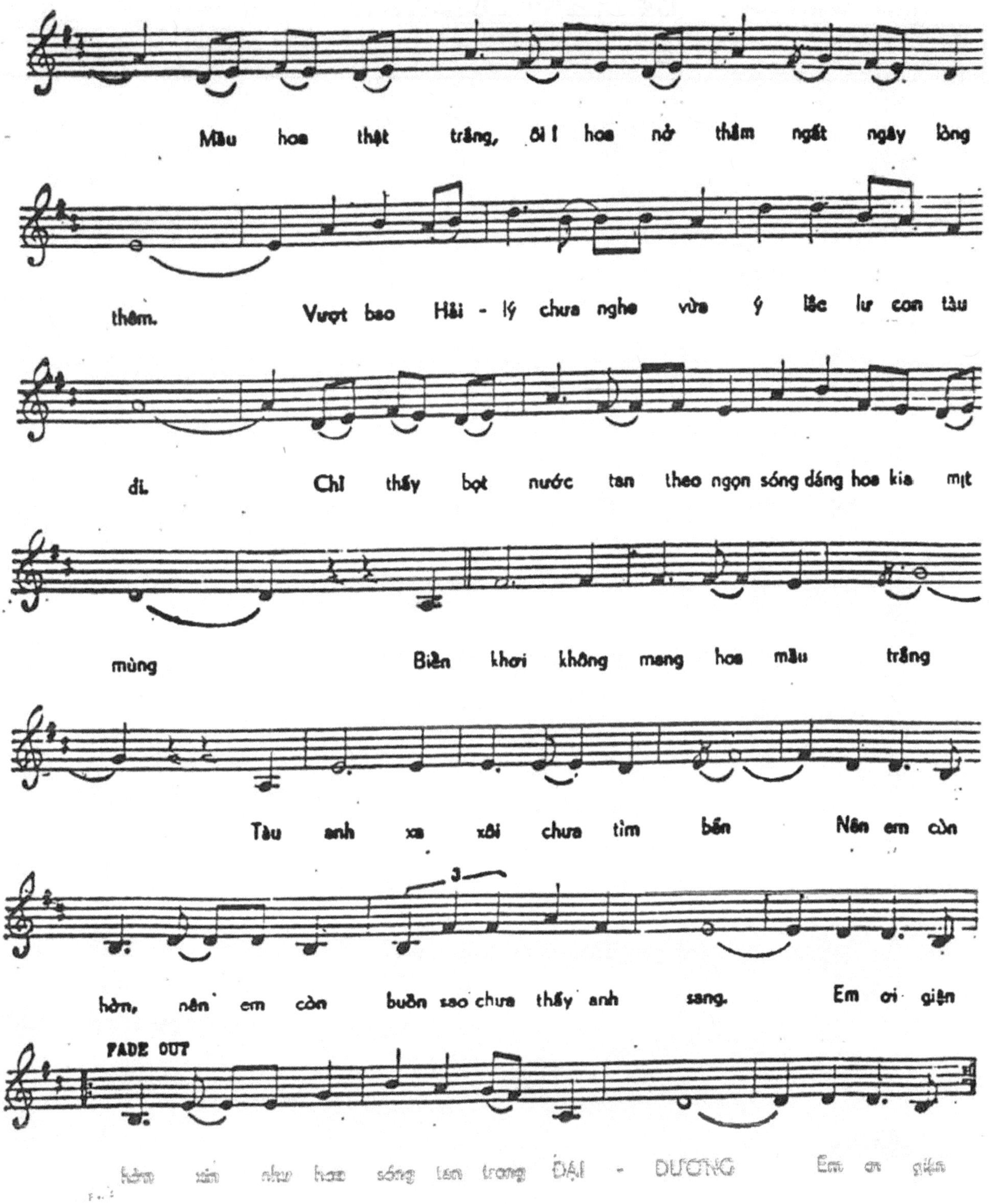
Màu hoa thật trắng, ôi ! hoa nở thắm ngất ngây lòng
thêm. Vượt bao Hải - lý chưa nghe vừa ý lắc lư con tàu
đi. Chỉ thấy bọt nước tan theo ngọn sóng dáng hoa kia mịt
mùng Biển khơi không mang hoa màu trắng
Tàu anh xa xôi chưa tìm bến Nên em còn
hờn, nên em còn buồn sao chưa thấy anh sang. Em ơi giận
FADE OUT
hờn xin như hoa sóng tan trong ĐẠI - DƯƠNG Em ơi giận

Hoa Bướm Ngày Xưa

Nhạc và lời: Nguyễn Hiền

Nhạc sĩ Nguyễn Hiền
(1927-2005)

Hoa cỏ vàng nơi ấy

Nhạc và lời : VIỆT ANH

Cm D7 Gm Fine
anh vì sao với hoa không cùng chung đời.
ca từng đêm vẫn đưa anh về bên người.
G Bm C
Buồn hoài chi ta ơi nơi ấy hoa vàng cho đẹp mùa
Đường về không gian xưa đã rêu xanh đầy đi về mình
Mình cùng say trong mơ Em ánh trăng mờ Anh làm trời
Am D C
sang Đường mình qua lúc nào giờ bước âm
ta Chiều về hoang phím đàn một phút giây
thơ Ngày tìm đêm cuối trời người lãng quên
1.Cm G 2.Cm G
thầm tình bỗng dâng trào. nào mình khóc cho nhau.
3. Cm D7 G
rồi đời đã chia phôi.

Hoa Đào Thương Nhớ

Song Ngọc

bụi đường ngược xuôi trên vạn lý, đời trai ra đi vì sông
đẹp mà người xưa đâu chẳng thấy hỏi gió gió trả lời : không
núi biển rộng sông dài mà chỉ một hình bóng thôi. Nam . . .
biết, kỷ niệm chúng . . . .
mình giờ chỉ còn ta với ta.
Ngày vui mất đâu
còn thương nhớ lưng hồn nào ai có biết hoa xưa đó em
đâu kỷ niệm niên thiếu đã trôi theo thời gian Nhờ mây gió lưng
trời gửi đến một người bài ca thương mến. Hỏi em trông cánh hoa
HẾT
đào em nhớ thương gì chuyện tình hai chúng ta.

Hoa Rụng Ven Sông

Thơ Lưu Trọng Lư - Phạm Duy phổ nhạc

Rất Du Dương

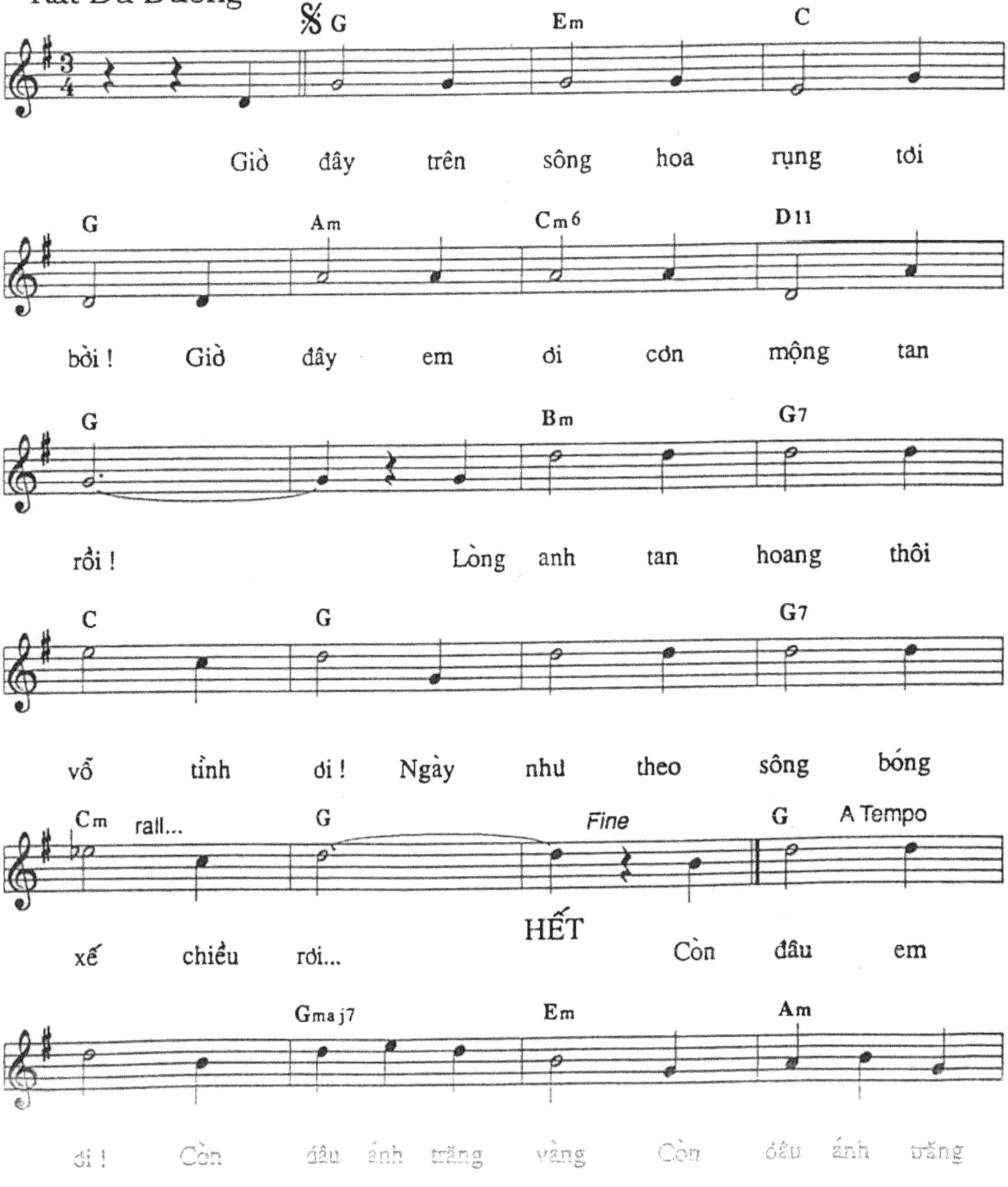

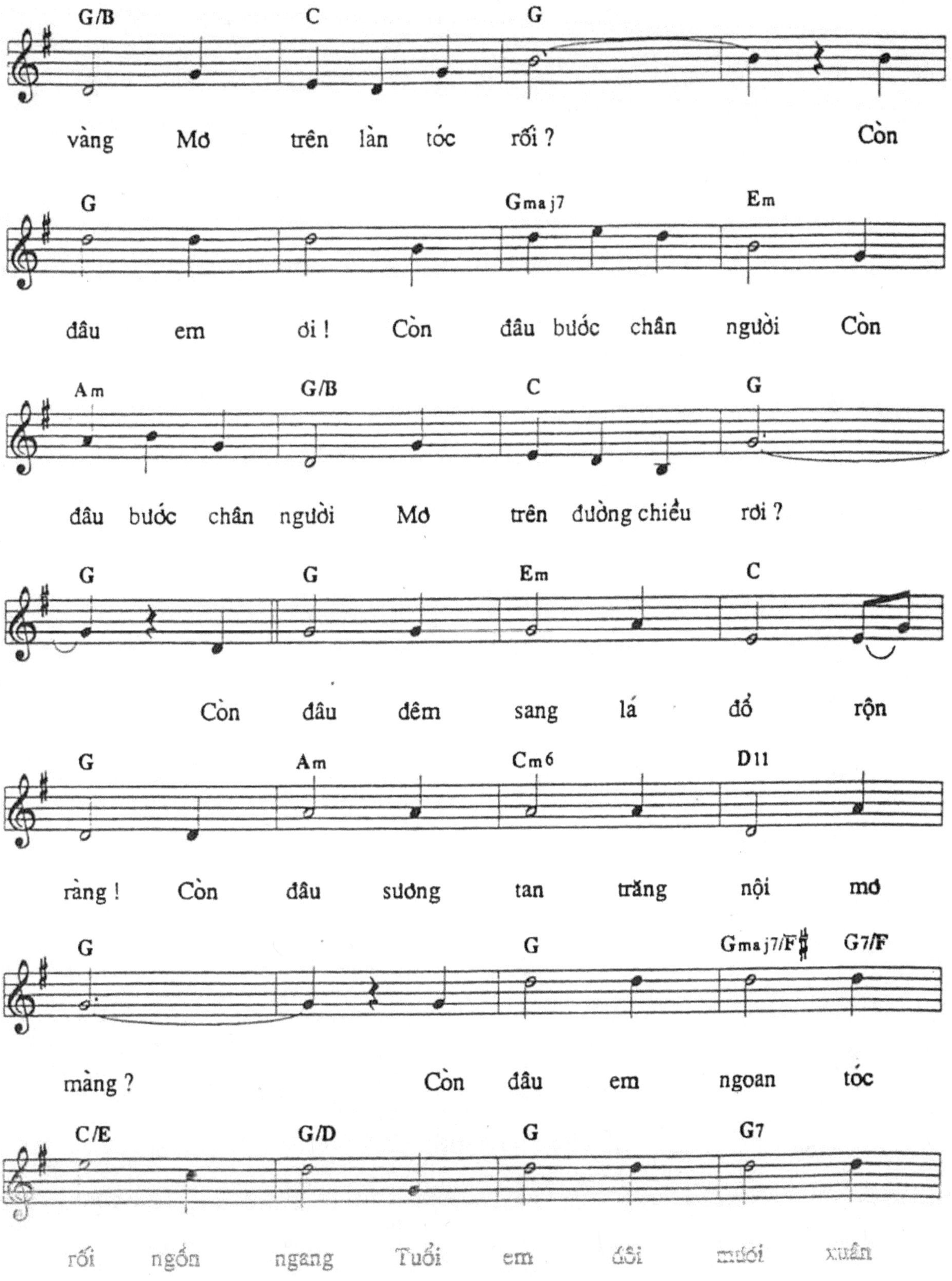
G/B C G
vàng Mơ trên làn tóc rối ? Còn
G Gmaj7 Em
đâu em ơi ! Còn đâu bước chân người Còn
Am G/B C G
đâu bước chân người Mơ trên đường chiều rơi ?
G G Em C
Còn đâu đêm sang lá đổ rộn
G Am Cm6 D11
ràng ! Còn đâu sương tan trăng nội mơ
G G Gmaj7/F♯ G7/F
màng ? Còn đâu em ngoan tóc
C/E G/D G G7
rối ngổn ngang Tuổi em đôi mươi xuân

Cm rall...
G
G A Tempo
mới vừa sang... Còn đâu em
Bm
ơi ! Còn đâu giờ nhung luạ ? Mộng trùm trên
F♯7
Bm
G
B7
bông Tỉnh nồng trong gối.. Còn
Em
E
đâu em ơi ! Còn đâu mùi cỏ dại ?
A
D
Am
D7
D.S. al Fine
Chút tình thơ ngây Không còn trên đôi má... Còn

Saigon 1958

Nhạc sĩ Phạm Duy
(1921-2013)

HOA SOAN BÊN THỀM CŨ

Nhạc và Lời : **TUẤN-KHANH**

Rumba

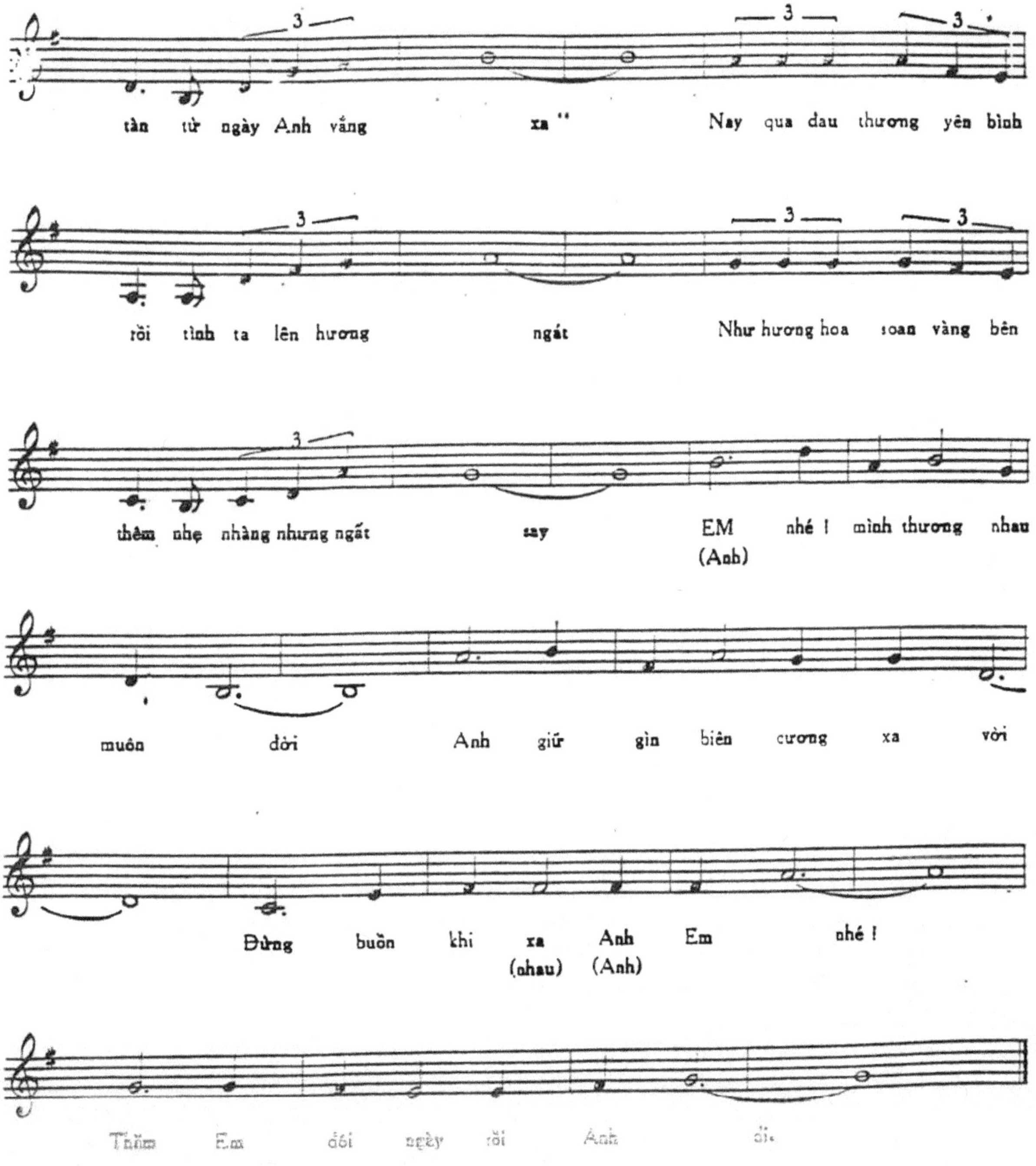
tàn từ ngày Anh vắng xa "
Nay qua đau thương yên bình
rồi tình ta lên hương ngát
Như hương hoa soan vàng bên
thêm nhẹ nhàng nhưng ngất say
EM nhé ! mình thương nhau
(Anh)
muôn đời
Anh giữ gìn biên cương xa vời
Đừng buồn khi xa Anh Em nhé !
(nhau) (Anh)
Thăm Em đôi ngày rồi Anh ơi.

HOA SỨ NHÀ NÀNG

Hoàng Phương

Dm F
tôi. Nhưng đêm trở sầu. Em bước qua
Dm D7
cầu. Cuộc tình tan theo bể dâu. Biết chăng về
Gm A7
sau, khi ngỏ về gần nhau, tình yêu đã vội phai
Dm Dm
màu. Đêm đêm ngửi mùi hương. Mùi hoa sứ bẽ
Gm F
bàng. Hoa tình yêu rụng vỡ. Màu trời tim tím thở
Dm D7 Gm
than. Nhà nàng với nhà tôi. Tình thân thiết vô
Dm D7 Gm A7 Dm
FINE
vàn. Làm sao nàng nỡ phụ phàng. Để tình tôi dở dang.

Hoa tím ngày xưa

Nhạc và lời : HỮU XUÂN

Em D Bm Em7
ngày Tự bao giờ lòng cứ ngỡ Yêu người mà nào có
A7 D G F♯m
hay. Con đường em về thơm hương Ngọc lan khuya rụng trong
Bm Em A7
vườn Tiếng dương cầm đâu lặng lẽ Đưa ta về phía cuối
D G F♯m
đường. Con đường em về năm xưa Có biết hay chăng bây
D G A A7 D
giờ Hoa tím thôi không chờ nữa Chỉ còn ta đứng dưới mưa.

Hoa tím ngoài sân

Slow surf **Nhạc và lời : THANH TÙNG**

F Dm Gm
gió còn muốn theo chân ai mỗi ngày, để lại mùa thu theo lá bay
C7 F
bay. Em đừng đi xin em đừng đi, Vì ai đó còn chưa nói với ai điều
C Gm C F Dm
gì Ngày ngày mặt trời hôn lên bước chân Và hoa tím vẫn rơi đầy
F
sân. Con đường chưa quen tên bàn chân Bàn chân
Gm F Dm C7
đã lãng quên con đường nhỏ Ai vội đi để ai còn đứng đó
F C7 Am F
tìm bàn chân ai trong tiếng lá rơi.

Hoa vàng mấy độ.

Trịnh Công Sơn

Hoa xuân.

Phạm Duy

HOÀI CẢM

CUNG - TIẾN

thầm, như tiếng vào hồn Buổi chiều chợt nhớ cố nhân Sương buồn lặng qua hoang
hồn Lòng cuồng điên vì nhớ Ôi đâu
người, đâu ân tình cũ? Chờ hoài nhau trong mơ Nhưng có bao
giờ, thấy nhau lần nữa Một mùa thu xa vắng như mơ hồ về trong đêm
bối. Cố nhân xa rồi có ai về lối
xưa? Chờ

nhau hoài nhân ơi ! buồn cho nguồn đời Hẹn
nhau một kiếp xa xôi, nhớ nhau muôn đời mà thôi
Thời pp gian tựa cánh chim bay, qua dần những tháng cũng
p
ngày Còn đâu mùa cũ êm vui ! Nhớ thương biết bao giờ
poco rall.....
người ?
A Tempo primo
mf
sfz
mf
poco rit.

Nhạc sĩ Cung Tiến

Hoài Thu

Văn Trí

Dm Gm C A7
Mảnh linh hồn tôi thu nay. là linh hồn tôi thu nào.
Dm B♭ F
Nắng đây vẫn là nắng ấm mùa thu thương nhớ mơ màng.
Dm Gm A7 Dm
Gió thu về đây mơn man. Hồ thu xanh biếc tràn lan. Đồi thông vi
Dm
vút nghe chừng lá động muôn phương. Đà Lạt những chiều mây
Gm C Dm B♭
vương có mùa thu vàng dâng hương. Nhịp chân ai đây hay
Dm B♭ Dm Gm
là gió thoảng xa xôi. Gió nào rung động tim tôi. Hay
A7 Dm Dm
1. FINE
2.
là dư âm thu rồi. Mùa thu năm......
......rồi.

HỎI CHUYỆN NGÀY XƯA

(CHUYỆN THÁNG BẢY MƯA NGÂU)

Đã do hãng dĩa hát SÓNG-NHẠC thâu thanh
với giọng ca truyền cảm của HOÀNG-OANH

Phạm Mạnh-Cương

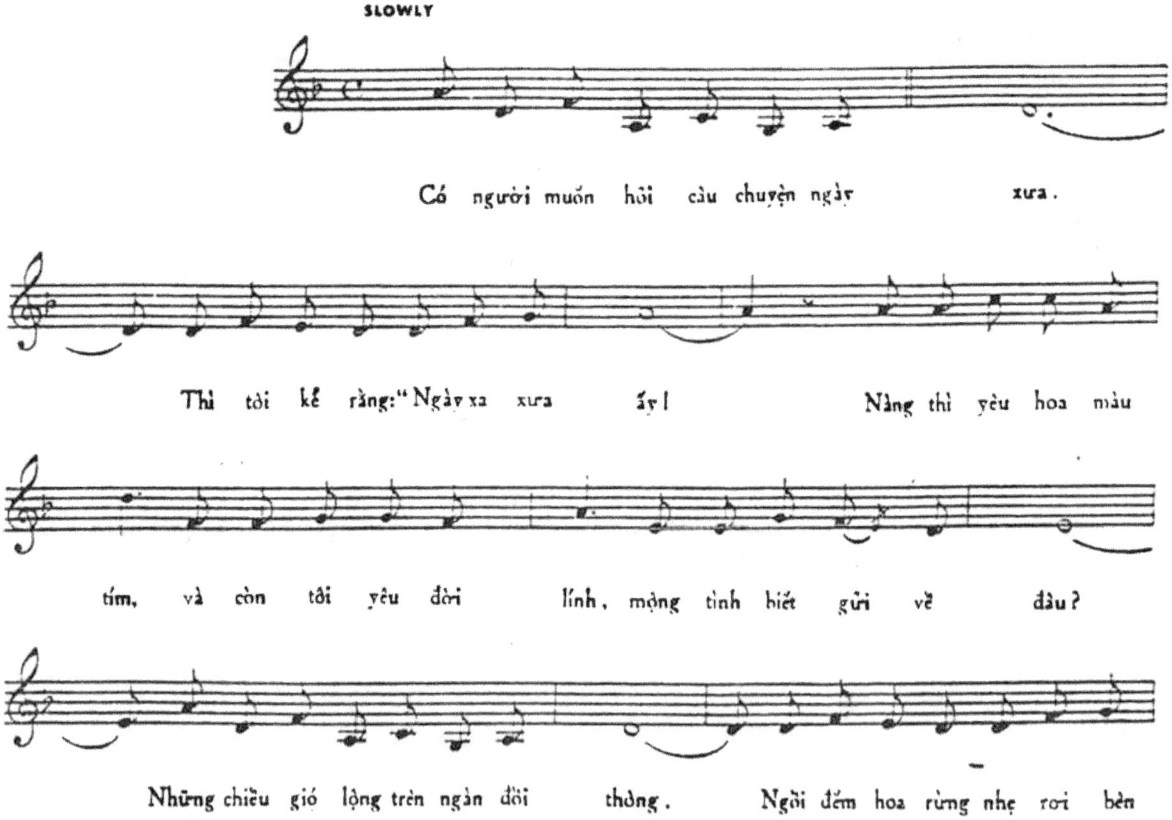

ẤN PHẨM CHỌN LỌC CỦA DIÊN-HỒNG
66. ĐẠI LỘ LÊ LỢI — SAIGON

KIỂM DUYỆT SỐ 264 XB NGÀY 20-1-1965
IN TẠI MẠNH-HÙNG ẤN QUÁN SAIGON

suối. Nàng thì xây bao mộng ước, mà còn tôi hay thầm
nói: Đời mình dám đâu hẹn hò. Tôi đi mưa tráng kinh kỳ
Trời buồn nhẹ vương biệt ly. Biên cương nẻo mờ đường mưa
Ngỡ rằng nàng đang ngóng chờ. Những chiều gió lộng những chiều hành quân
Thầm mơ ngày về, cờ tung theo gió. Tìm người em bên bờ
FINE
suối, trời ngừng mưa ngàu từ đấy, cuộc đời đến khi sum vầy''

HỘI TRÙNG DƯƠNG

Phần Thứ Nhất

TIẾNG SÔNG HỒNG

Nhạc và Lời : PHẠM-ĐÌNH-CHƯƠNG

Bản HỘI TRÙNG DƯƠNG (1) do nhà xuất-bản AN-PHÚ ấn-hành lần thứ nhất, ngoài những bản thường còn in thêm 30 bản đặc-biệt loại giấy tốt không bán.

A.P. 161

HỘI TRÙNG DƯƠNG

Phần Thứ Hai

TIẾNG SÔNG HƯƠNG

Nhạc và Lời : PHẠM-ĐÌNH-CHƯƠNG

Bản HỘI TRÙNG DƯƠNG (II) do nhà xuất-bản AN-PHÚ ấn-hành lần thứ nhất, ngoài những bản thường còn in thêm 30 bản đặc-biệt loại giấy tốt không bán.

A.P. 162

HỘI TRÙNG DƯƠNG

Phần Thứ Ba

TIẾNG CỬU LONG

Nhạc và Lời : PHẠM-ĐÌNH-CHƯƠNG

Lento ad Libitum
Rustico
rall...
lơ Hò lớ hò Hò lơ : Chẻ tre bện
sào ơ cho dày ngăn ngang ơ Sông Mỹ ơ ơ Có
A Tempo I°
LỜI GIÓ
ngày gặp Em Ô Ô Ô Ra biển
cresc.
Ba Giòng Sông Lên Tiếng
khơi Trùng Dương ! Ba chị em (là) ba ư miền Nhưng tình
thương đem nối (ư) liền Gặp nhau ven trời biển Đông thắm duyên Hẹn
nhau Pha hoà sóng lan bốn phương trời vang dội tiếng tranh đấu bao
người cho quê hương ấm no muôn đời Giờ đây bao tâm tư Rộn
ràng như câu thơ : Hội Trùng Dương tay tay siết chặt cùng hô
Dựng Mùa Vinh Quang. Hoa Đời Tự - Do
Đồng vọng :
Final
Fin
mf
ff
Lời Quê Hương Hội Trùng Dương.
Tác giả giữ bản quyền : Phạm-đình-Chương
An-Phú 168

Hòn Vọng Phu 1

Lê Thương

F Bb Gm C F
sông. Phía cách quan sa trường.
nơi. Phía cách quan xa vời.
Gm Dm C Dm
Quan với quân lên đường. Hàng cờ theo trống dồn.
Chiêng trống khua trăm hồ. Ngần ngại trên núi đồi.
C F Bb Am
Ngoài sườn non cuối thôn. Phất phơ ngậm ngùi
Rồi dậy vang khắp nơi. Thấm bao điều chia
Dm F
Điệu Kèn
bay. (Xang xang xang xê hò xừ xang. Xứ
phôi.
Dm
liêu xế xang liêu ú liêu ú hò)
Dm F
Qua Thiên Sơn kìa ai tiễn rượu vừa tàn.
Vui ra đi rồi không ước hẹn ngày về.

Gm
Dm
Vui ca vang rồi đi tiến binh ngoài ngàn.
Ai quên ghi vào gan đá bao lời nguyền.
F
Người đi ngoài vạn lý quan san. Người đứng chờ trong
Nhìn chân trời xanh biếc bao la. Người mong chờ vẫn
Dm
bóng cô đơn. Bên Man Khê còn tung gió
nhớ nơi xa. Bao nhiêu năm bồng con đứng
F
Gm
bụi mịt mùng. Bên Tiêu tương còn thương tiếc
đợi chồng về. Bao nhiêu phen thời gian xóa
Dm
F
nơi ngàn trùng. Người không rời khỏi kiếp gian
phai lời thề. Người tung hoàng bên núi xa
Am
B♭
Am
Dm
D.C.
nan. Người biến thành tượng đá ôm con.
xăm. Người mong chồng còn đứng muôn năm.

Nhạc sĩ Lê Thương
(1914-1996)

Hòn Vọng Phu 2

(TỨC AI XUÔI VẠN LÝ)

Lê Thương

Dm Am F Dm
mòn nhưng hồn chưa mòn giấc mơ. Có đám cây trên
vào đến tận tâm hồn đứa con. Nên núi non thương
rằng: đến lượt sơn hà chiến chinh Non sông xuyến xao tấc
F Gm Dm Gm
đồi sống trong trong mơ hồ. Ngày nào tròn trăng lại
tình kéo nhau đi thăm nàng. Nằm thành Trường Sơn vạn
lòng "tiến quân" nghe ban truyền. Người đời rủ nhau mài
C F Dm F
nhớ đến tích xưa. Khi tướng quân qua đồi kéo
lý xuyên nước Nam. Dâng lá hoa suối nguồn với
kiếm đi chiến chinh. Dân gian thoát qua mấy lần ách
Gm Dm Gm
quân, quân theo cờ. Đoàn cỏ cây hãy còn trẻ
muông chim muôn vàn. Bầy cảnh Nam Bắc đầy cỏ
tham ô quân quyền Vì hồn thanh kiếm còn chưa
Dm G F Dm
thơ. Cho đến bây giờ đã thành đoàn cổ thụ
hoa. Như cố khuyên nàng trở về chớ đừng để xuân
linh. Nên khiến sắc son bẻ bàng mắc nợ con chưa
Gm C
già. Mà chờ người đi mất từ ngàn xưa. Nàng
tàn. Nhiều đồi rủ nhau kéo thành đảo xa. Ra
đến. Nhiều người tìm thanh kiếm thần thuở xưa. Đi

B♭ F Am Dm Am
đứng ôm con xem chàng về hay chưa? Về hay
tới khơi ngàn xem chàng về hay chưa? Về hay
xuống phương Nam xem chàng về hay chưa? Về hay
Dm B♭ Gm
chưa? Có ai xuôi vạn lý. Nhắn đôi câu giúp
chưa? Chín con Long thật lớn. Muốn đem tin tới
chưa? Có con chim nhỏ bé. Dám ca câu sấm
F C B♭ Am
Nàng. Lấy cây hương thật quý. Thắp lên thương tiếc
Nàng. Núi ngăn không được xuống. Chúng kêu la dưới
thề: "Cuối thu năm Mậu Tý, Tướng quân đem kiếm
Dm B♭ C Dm C Dm C
chàng. - - - - - ĐK. "Thôi
ngàn. - - - - - "Ta
về." - - - - - "Đời
F Dm F
đứng đợi làm chi. Thời gian có hứa mấy khi. Sẽ
cố đợi nghìn năm. Một nghìn năm khác sẽ qua. Đến
mong đợi thằng con. Ngày nào nó xuống núi non. Xuất
Am Dm Am Dm
đem đến trả đúng kỳ. Những người mang mệnh biệt ly."
khi núi lở sông mòn. Mới mong tới Hòn Vọng Phu."
chinh với cả mối thù. Nối lại giống nòi chinh phu."

HỒN
VỌNG
PHU II
LÊ THƯƠNG
AI XUÔI VẠN

Hòn Vọng Phu 3

(TỨC NGƯỜI CHINH PHU VỀ)

Lê Thương

Dm
To di Marcia
Đường chiều mịt mù cát bay tỏa bước ngựa
F
phi. Đường trường nếp tàn y hùng cường vẫn còn bay trong gió. Bóng từ
Dm
xa. Sắp dần qua. Bóng chàng chập chùng vượt núi non cũ. Với hành
lương độ đường. Chiếc hùng gươm danh tướng. Dưới tà huy. Đếm nhịp đi. Với ngựa
C
F
Dm
phi. Dấn bước tang bồng giữa nơi núi rừng. Bên nợ tình
F
Dm
thâm. Bên nợ giang san. Bên đồi ai oán. Bên rừng đá đoạn.

Ritardando
Dm F B♭ Am
chàng. Đường về nước chập chùng xa. Nhiều đồi núi cheo
Đò vạn lý, đò ải quan. Đò rừng lá nước
Dm F Gm F
leo. Cây với rừng rườm rà. Đường vạn xuyên, đường cổ lũy. Duyên núi
trong. Bao cá lội từng đàn. Thành Cổ Loa, đền Vạn Kiếp. bao tháng
Dm C
sông vẫn như thầm hòa. Tiếng núi non lưu luyến tấc
năm dấu chưa xóa nhòa.
F Gm
lòng bao nghìn năm. Tiếng gió cồn như tiếng trống
Dm B♭ C
dồn buổi khuya vắng. Từ bóng cây ngôi mộ bên
F B♭ C F B♭ C
đường. Từ mái tranh bên đình trong làng. Nguồn sử xanh âm thầm vẫn

F Am Dm Dm
sống. Bao mối thương vang động trong lòng. Đồi cao đồi
Đường cao đường
F C F
quế rắc kho hương nồng. Rừng sao đua đồi rừng trắc. Lo
thấp khắt khe chân chàng. Nhìn qua con đường mòn cũ. Quanh
Gm Dm C
che ánh bủa vầng dương tiếp đưa bóng chàng. Nhớ cố hương xao xuyến tấc
co mấy buổi tà dương mới mong tới làng.
F Gm Dm
lòng mau dồn chân. Vết bước đi trên phiến đá mòn còn in dấu.
B♭ C F B♭ C
Từ bóng cây ngôi mộ bên đường. Từ mái tranh bên đình trong
F Am B♭ Dm
Rall.
làng. Nguồn sử xanh âm thầm vẫn sống. Bao mối thương vang dậy trong lòng.

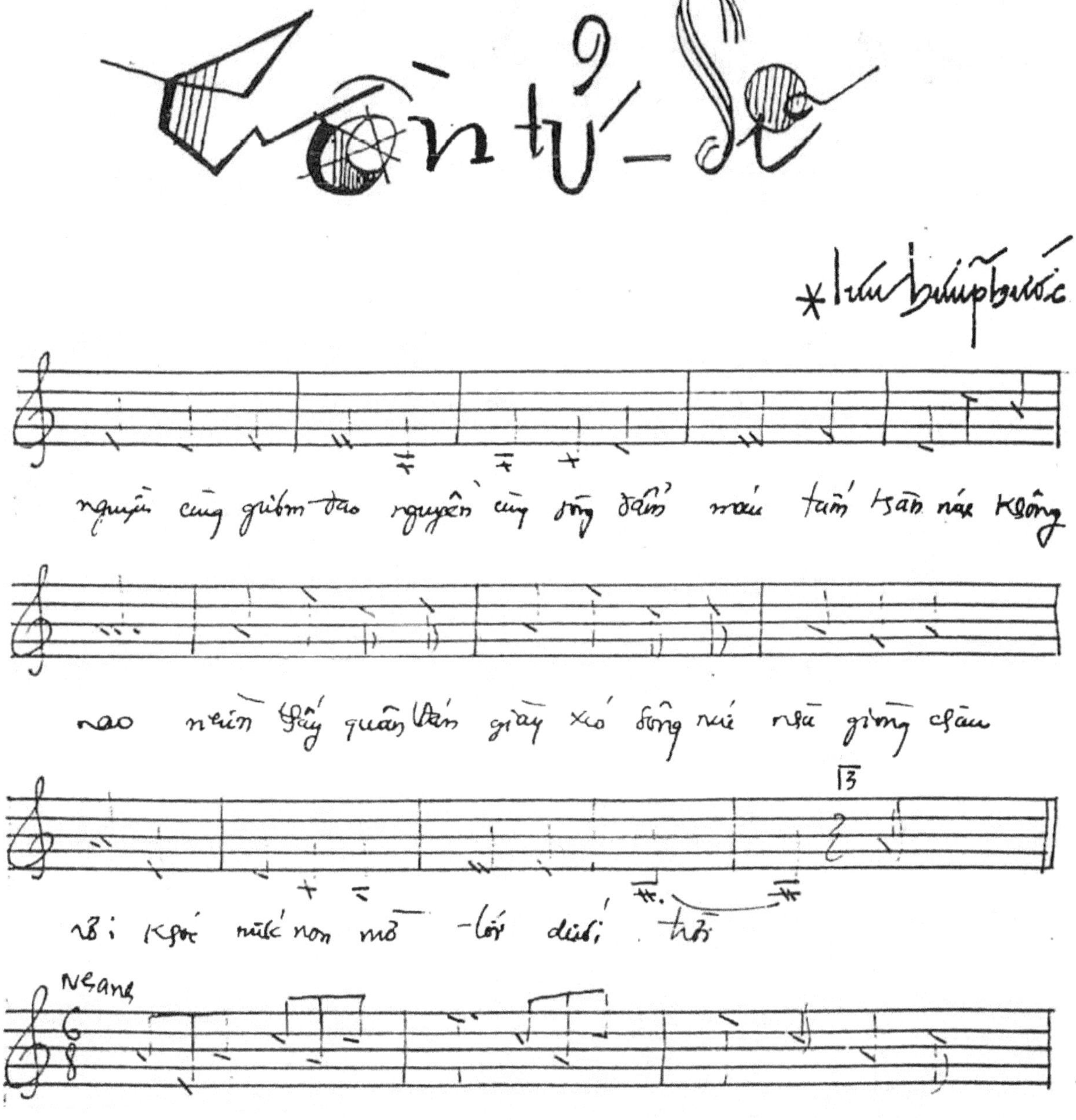

Hương một đêm trăng

(1952)

Lê Trọng Nguyên

Tiếng em đượm âm vang trong gió ngàn. Vai bên vai lặng
bước, mắt cùng ngập xa vời. Trong không gian lạnh mướt gió ngàn về, sao
chập chờn. Suối mơ hò lên tiếng hát, nhắc người rằng: "Trăng
RUBATO
bát ngát còn mãi, thời gian qua ai nhớ thương ai".
Nhắc chi niềm sầu dưới ánh trăng vàng Biết trong gió này tóc rối
tơ tằm. Và nói chi đến mai về bến nào
Biết đâu là lúc ta quên thời gian.

Hương Ngọc Lan
Thanh Lan hát trong phim 'Ngọc Lan'
Nhạc HOÀNG TRỌNG
Lời Lan Đình - Song Hương
Moderato
Nhớ bao những hương đầu dịu dàng xa xưa, chúng ta gặp nhau.
Giữ cho cánh hoa này đừng cho hương bay dẫu hoa tàn phai.
Nhớ đôi má em hồng thẹn thùng trong câu hứa yêu dài lâu.
Hỡi năm tháng vô tình đời sao mong manh lá rơi còn xanh.
Bên gốc Lan ta cùng trời mây chung vòng tay ngất ngây!
Đây cánh hoa như cuộc tình ta thơm mùi hương tóc xưa.
Bao nguồn yêu dâng tràn nồng nàn cho hồn chan chứa say.
Ôi! Ngọc Lan hương đời vừa ban sao đành cho nát tan!
Ôi tình ta đẹp như lời thơ, vấn vương đắm mê mơ màng.
Ngày giận hờn không thấy trời xanh khép mi, khóc cuộc thương tình.

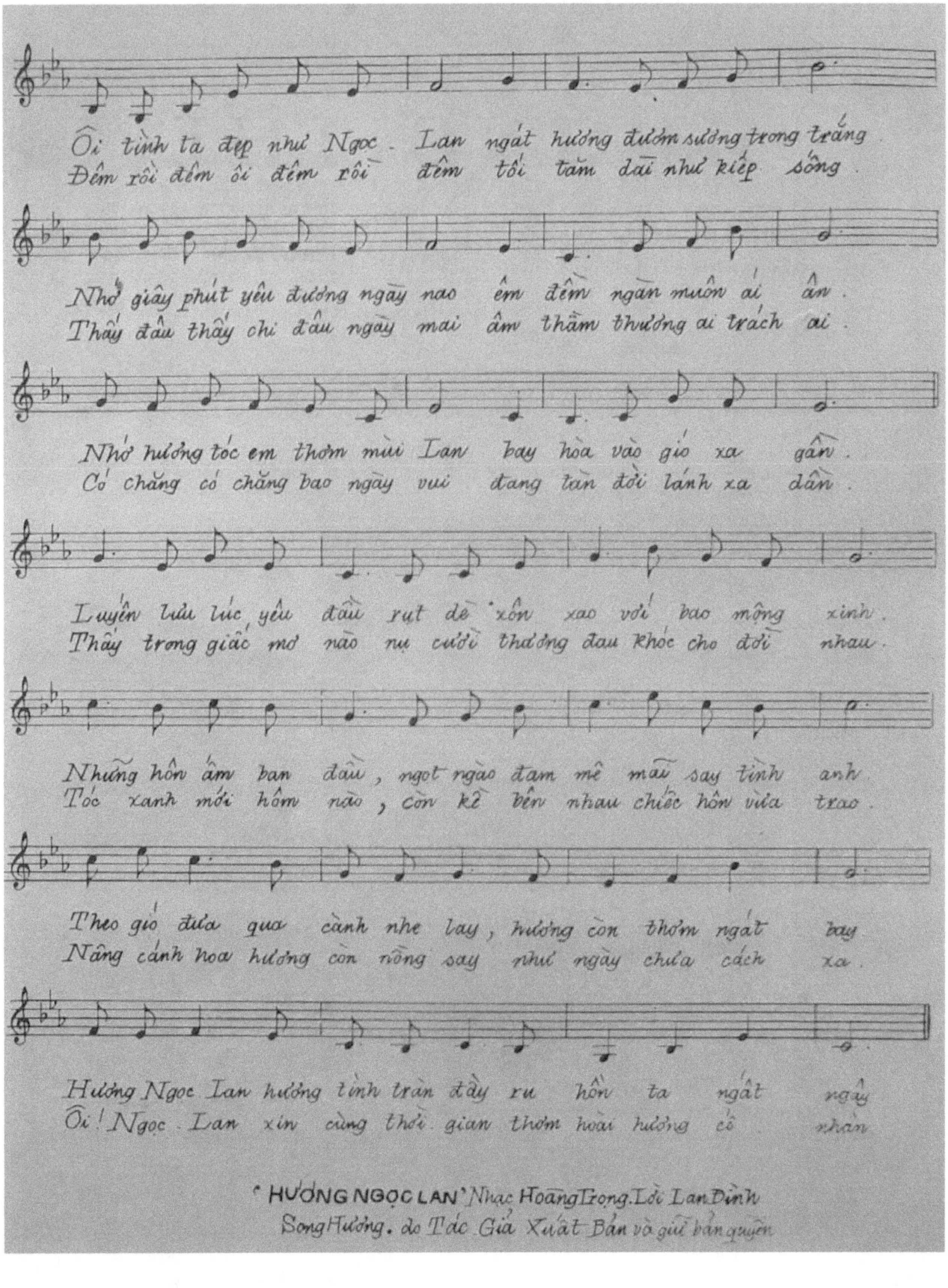
Ôi tình ta đẹp như Ngọc - Lan ngát hương đượm sương trong trắng.
Đêm rồi đêm ôi đêm rồi đêm tối tăm dài như kiếp sống.
Nhớ giây phút yêu đương ngày nao êm đềm ngàn muôn ái ân.
Thấy đâu thấy chi đâu ngày mai âm thầm thương ai trách ai.
Nhớ hương tóc em thơm mùi Lan bay hòa vào gió xa gần.
Có chăng có chăng bao ngày vui đang tàn đời lánh xa dần.
Luyến lưu lúc yêu đầu rụt dè xốn xao với bao mộng xinh.
Thấy trong giấc mơ nào nụ cười thương đau khóc cho đời nhau.
Những hôn ấm ban đầu, ngọt ngào đam mê mãi say tình anh.
Tóc xanh mới hôm nào, còn kề bên nhau chiếc hôn vừa trao.
Theo gió đưa qua cành nhẹ lay, hương còn thơm ngát bay
Nâng cánh hoa hương còn nồng say như ngày chưa cách xa.
Hương Ngọc Lan hương tình tràn đầy ru hồn ta ngất ngây
Ôi! Ngọc - Lan xin cùng thời gian thơm hoài hương cố nhân
“HƯƠNG NGỌC LAN” Nhạc Hoàng Trọng. Lời Lan Đình
Song Hương. do Tác Giả Xuất Bản và giữ bản quyền

HƯƠNG THỀ

NHẠC : NGUYỄN-HIỀN
Ý THƠ : HOÀNG-NGỌC-LIÊN

Hoa lá ôm sương vào gối mộng
Chập chờn giãi bóng dưới trăng khuya
Hương *đêm trở giấc nghe lời gió*
Thầm thì cùng trăng chuyện ước **thề...**

HÀ-LIÊN TỬ

đẹp tình sông núi, Hương thề mùa
(nguyện) (*)
xưa dâng chứa chan. Rung rinh gió lạ qua rèm !
— Tiếng tơ trầm lắng ước nguyền tình xưa !
— Đem vần điệu ghép đàn thơ, Sắt son sưởi
ấm tim thờ tháng năm. Qua ánh trăng
khuya ngỡ bóng ai, Chiến trường sương xuống ướt đôi
vai. Người đi thầm hẹn mùa hoa thắm,
FINE
— Trăng đẹp tình thơ hương ngất ngây.

HƯƠNG TÓC MẠ NON

Thanh Sơn

G Em7 A7 Dm
người đã bước sang sông đang mùa lúa trổ đòng đòng.
G
Làm sao anh quên những ngày khi mới quen tên.
C F A7 Dm
Bên gốc đa ven đường hai đứa ngồi tỏ tình yêu đương. Anh
Dm G Dm C
thương tóc em bay bay trong chiều chiều gợi bao nổi nhớ. Nhớ
F G A7 Dm
từng nụ cười ngây thơ thắm duyên mơ chiều nghiêng nắng đổ, về quê
F G C
em phù sa bát ngát, tình mình dù ngăn cách sông chớ đâu cách
F A7 Dm
FINE
lòng, mỗi lần nhớ em sao nghẹn lòng.

Hương xưa

Từ và Nhạc : *Cung-Tiến*

Tặng Khuất duy-Trác

đó tiếng tre êm ru. còn đó bóng đa hẹn hò, còn
đó những đêm sao mờ hồn ta mênh mông nghe sáo vi vu. Người
cresc....
dim.
ơi, còn nhớ mãi trăng nào, thuở nào cánh buồm bến xa. Người
ơi. còn nghe mãi tiếng ru êm êm buồn trong ca dao. Còn

đó tiếng khung quay tơ, Còn đó con diều vật vờ, còn
rit.
Tempo quasi rubato
đó...... Nói bao nhiêu lời thương yêu đến kiếp nào cho vừa Ôi những đêm dài hẩn
Tempo quasi rubato
rit.
vấn mơ hoài một kiếp xa xôi buồn sớm đưa chân cuộc đời Lời thương thì nghe vẫn rền
crescendo
trong sương mưa, dù có bao giờ lửng mơn đợi chờ Tình Nhị Hồ vẫn yêu âm
poco dim.

xưa
Cung Nguyệt Cầm vẫn thương Cô Tô.
nên hồn tôi vẫn nghe ly
mơ tiếng đàn đợi chờ mơ hồ,
vẫn thương muôn đời nàng Quỳnh Như thuở đó
Allegretto grazioso (♩. 108)

mp
cresc e poco rit.
a tempo rubato
Ôi những đêm dài hồn vẫn mơ hoài một giấc ai mơ, dù đã quên lời hẹn hò
a tempo rubato
cresc
Thời Hoàng Kim xa quá chìm trong phôi pha, chờ đến bao giờ tái sinh cho người?
cen... do
ff
poco dim.
mf
Dồi dập từ những đêm hoang sơ, Thanh bình như bóng trưa đơn sơ

ritard. poco a poco
nay đời tan biến trong hư vô, chết đầy từng mồ oán thù, máu xương tơi bời chiều mưa thu... Người
ritard. poco a poco
A tempo
ơi, chiều nao có nắng vàng hiền hòa sưởi ấm nơi nơi ?
Người
A tempo
ơi, chiều nao có thu về cho tôi nhặt lá thu rơi ?
Tình
có ghi lên đôi môi, sầu có phai nhòa cuộc đời,
Người

p
vấn thương yêu loài người và yêu vui sống cuộc sống vui. Đời êm như tiếng hát của
poco rall
A tempo
lứa đôi. Đời êm như tiếng hát của lứa đôi
Ped.
poco allarg. e ritard.
tay trái
Saigon 1945

ca khúc
CUNG TIẾN

Hoạ phẩm Le Vieux Guitariste (1903) của Picasso.

Thu vàng
Hoài cảm
Nguyệt cầm
Lệ đá xanh
Mắt biếc
Đêm
Đôi bờ
Thuở làm thơ yêu em
Hương xưa

KẺ SĨ

HƯƠNG YÊU

Nhạc : **HOÀNG-TRỌNG** *Lời :* **HỒ-ĐÌNH-PHƯƠNG**

Tình Khúc " Hương Yêu" do Hoàng Trọng sáng tác năm 1958 tại Sài-Gòn với lời ca của Hồ Đình Phương. Bản này đã do nhà xuất bản Lam Sơn ấn hành lần thứ nhất năm 1959 tại Sài-Gòn. (ảnh bìa: Ca sỹ Khánh Ngọc)

K. Khúc Của Lê

Nhạc Đăng Khánh
Thơ Du Tử Lê

Mùa nước cũ chỉ còn chân đá cũ
Giòng sông trôi tôi ở lại bên bờ
Du Tử Lê

A♭Maj7 F G7 G7 C Am Em
4fr.
Piu mosso
sang Tôi xa người xa hơi thuốc cay Ngày
Dm6 G7 C A7 Dm Am
mai tình sẽ bỏ tim này Chiều em không tới hàng cây
Em A7 Dm7 B♭ G7
đã nghiêng xuống tôi từng ngọn heo may Tôi xa
C F G
người như xa biển đông như xa núi sông em bên kia suối
G G7 C C Fm
sương lên mênh mông Tôi xa người xa tôi từ đây lặng yên dấu
G G7 C G7
D.S. al Fine
xưa còn chân đá cũ còn lời oán than

Tempo primo
Cm Eb AbMaj7 Fm Eb C7
Tôi xa người xa môi rất tham Em như gió núi như chim
Fm G7 Cm Ab Adim D7
ngàn Em xa xôi quá làm sao biết Tôi âm
G Fm6 Ab Fm G7
thầm như cơn mê hoang
Cm Eb AbMaj7 C7 Fm Dm7(b5)
Tôi xa người xa không hờn oan Vườn tôi trăng lạnh đến hoang
Gsus4 G7 Ab Adim
tàn Nhớ ai buồn ngất trên vai
Eb D7 G7 Fm6 Ab G7 Cm
Fine
áo Mưa ở đâu về như vết thương.

Nhạc sĩ Đăng Khánh

KHI EM NHÌN ANH

tặng một người tên là YẾN

Y-Vân

BOLERO

Em là Chim YẾN nhỏ. Anh khoác áo Vân du, đường xa em có
ngại, áo mây anh ấp ủ. Ta tìm lên núi Tình, ta đến suối Yêu
Đương, rồi đi thăm bến Mộng, sẽ qua đồi Ái - ân. Khi em nhìn
anh sầu đong mây Đông cho vừa Như trăng vừa
lên đầu ghềnh mơ pha tuyết sương. Ánh mắt bao - la
tình, với ý thơ xưa rằng: Chí lớn trong Thiên hạ không
dầy, không dựng dầy đôi mắt mỹ nhân

KHI NGƯỜI YÊU TÔI KHÓC

Trần Thiện Thanh

D7 G C
muộn, từng chiều lặng im nhìn mưa bảo tới. Khi hồn em rã
Am G Em
rời ngày vui xé đôi tình ngỡ xa xôi. Anh xin trọn đời
C E7 D7
gói thân trong một lần hối tiếc mãi thôi.
G G7 C Am
Khi người yêu tôi khóc xin rất im lìm.
D7 G D+
Như từ lâu tôi dấu những cơn muộn phiền.
G G7 C Am
Xin đừng đem nước mắt gội xóa niềm đau. Cho yêu đương
D7 G
FINE
đó em còn được giữ trong tâm hồn rất lâu.

Khiêng nước

thơ Luân Hoán
nhạc phan ni tấn (n.d.)

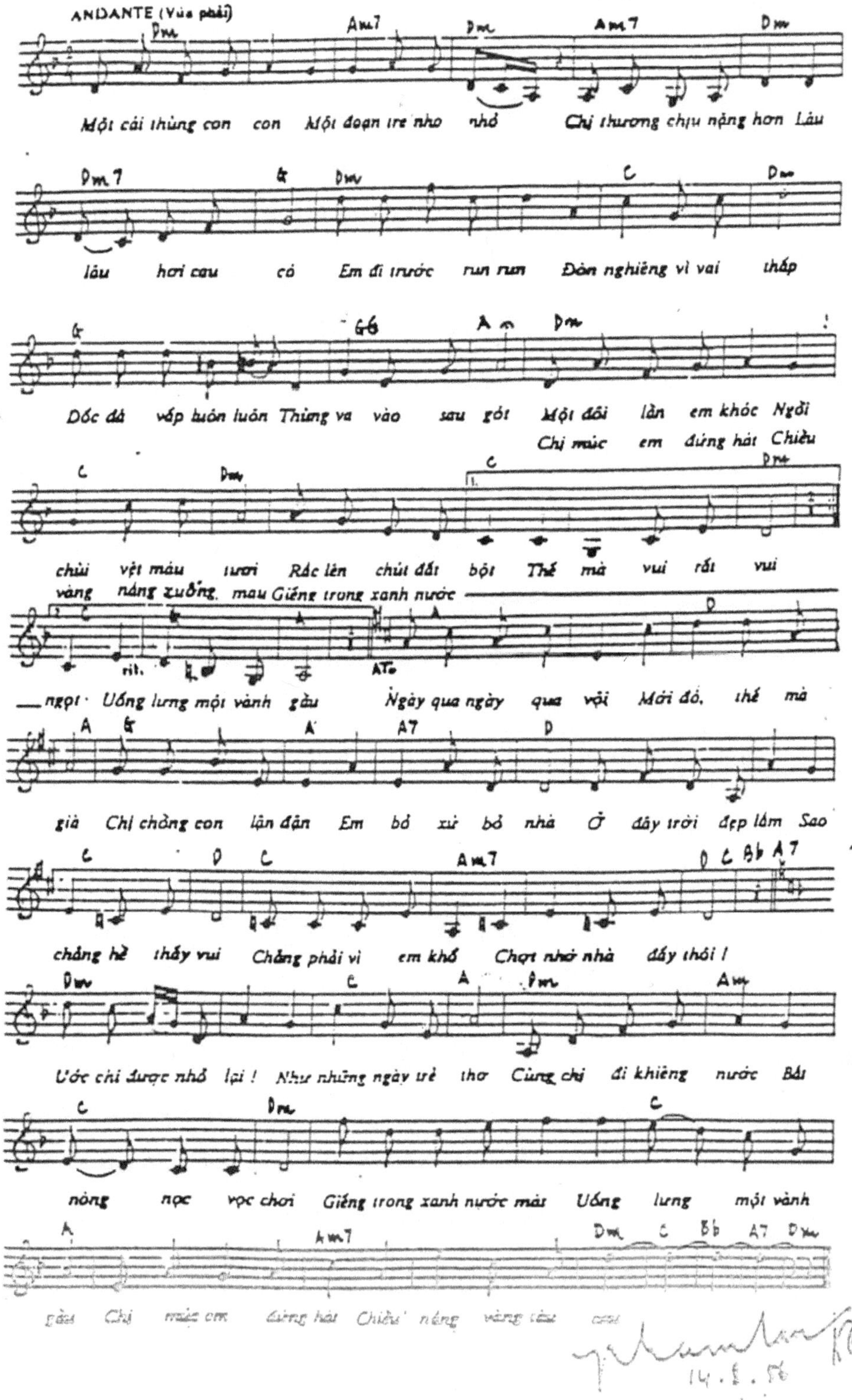

Luân Hoán & Phan Ni Tấn

KHỎE VÌ NƯỚC

Từ và nhạc : HÙNG-LÂN

Bản «KHỎE VÌ NƯỚC» do Tinh-Hoa tái bản. Ngoài những bản thường còn in thêm 30 bản đặc-biệt trên giấy quý đánh dấu từ K V.N. I đến XX — T.H. I đến X đều có chữ ký của tác-giả và đóng triện son T.H. để tặng.

KHÓI CHIỀU

Nhạc : HOÀNG - TRỌNG Thơ : ĐINH - SƠN - CẦM

Hôm qua mình đứng trên cầu. Lơ mơ nhớ lại
Hôm qua mình đứng trên cầu. Lơ mơ nhớ
Hôm qua mình đứng trên cầu.
hôm dầu xa quê. Bao năm đi chẳng trở
lại hôm dầu xa quê. Bao năm
Lơ mơ nhớ lại hôm dầu xa quê.
về. Thiết tha dề lỡ câu thề nước non.
đi chẳng trở về, Thiết tha dề lỡ câu thề nước
Bao năm đi chẳng trở về, Thiết tha dề lỡ
Khói hoàng hôn, ngừng bay ta
non. khói hoàng hôn, ngừng bay ta
câu thề nước non. khói hoàng hôn, ngừng bay ta

gửi chút buồn nhớ quê ôm sầu một dải sông
gửi chút buồn nhớ quê ôm sầu một dải sông
gửi chút buồn nhớ quê ôm sầu một dải sông
mê. Cầu tre đôi nhịp đi về về mình ta.
mê. Cầu tre đôi nhịp đi về về mình ta.
mê. Cầu tre đôi nhịp đi về về mình ta.
Ngắm hoàng hôn, Khói hoàng hôn
ngắm hoàng hôn,
ngắm hoàng hôn,
tản thế mà quạnh hiu.
Khói hoàng hôn tản thế mà quạnh hiu.
Khói hoàng hôn tản thế mà quạnh hiu.
14

Tịnh Khúc " Khói Chiều" do Hoàng Trọng phổ nhạc vào thơ của Đinh Sơn Cầm năm 1960. Bài nầy đã do nhà xuất bản Minh Phát ấn hành lần thứ nhất năm 1961 tại Sai-Gon. (ảnh bìa: Nhạc sỹ Đan Thọ).

PHẠM DUY
Marcia

Khối Tình Trương Chi

Nhạc và lời : Phạm Duy

Gm C7 Gm E♭ Gm
Xa xa xa rồi (y) tan Cung Nam Ai thở (y) than,
C7 B♭ C7 F
Ai thương em lầu vàng mỗi lúc khuya tàn cung ?
F C7 F B♭ F
Dứt khúc đàn hồn em thấy đê mê. Ôi tiếng đàn lời
C7 F C7 Gm
không mong ước thề ! Đã thấy tàn đời không gió Xuân về.
A Am C7 Fm C7 Fm
Khi tiếng ai dần xa ... Tương tư một khối u sầu,
Fm C D♭ C B♭m
Đợi chờ trăng lên để tan hết thương đau ! Mi em nước mắt hoen
Fm C7 Fm
D.S. al Fine
mầu Tóc chảy ngàn hàng môi thắm còn đâu ?!
Huế 1946

không bao giờ
NGĂN CÁCH

Trần-Thiện-Thanh

ẢNH BÌA DO LÊ-MINH THÂU ẢNH
KIỂM DUYỆT SỐ 1009 NGÀY 7-3-1964

ẤN PHẨM CHỌN LỌC CỦA DIÊN-HỒNG
66, ĐẠI LỘ LÊ LỢI — SAIGON

QUÍ BẠN NHỚ ĐÓN MUA: TÔI CÒN YÊU TÔI CỨ YÊU PHẠM-DUY CHO EM TÌNH YÊU SONG-NGỌC AI CHO TÔI TÌNH YÊU TRÚC-PHƯƠNG. THUỞ CÒN ĐI HỌC THANH-SƠN KHÔNG BAO GIỜ QUÊN ANH HOÀNG-TRANG EM TẬP VESPA LỮ-LIÊN CUNG THƯƠNG NGÀY CŨ MẠNH-PHÁT THƯƠNG AI NHỚ TRỌN ĐỜI CHÂU-KỲ ĐÊM KỶ NIỆM HOÀI-AN CHỈ HAI ĐỨA MÌNH THÔI NHÉ ANH-BẰNG LÊ-DINH ĐÃ VÀ SẮP XUẤT BẢN NAY MAI.

KHÔNG BAO GIỜ QUÊN ANH

Hoàng Trang

Am
C
tròn. Xa nhau mấy người không buồn không nhớ xót xa cho tình
Dm
F
Am
A7
yêu. Nuối tiếc xa xôi. Ngày xưa anh nói: "Vẫn yêu em nghìn
Dm
Am
C
năm, vẫn đợi em trọn đời." Nhưng nay hết rồi. Hai người hai
E7
Am
Am
lối. Lúc đêm buồn không anh? Tôi gói yêu thương xin trao trả ân
A7
Dm
tình về người tôi yêu mến. Đừng thương tiếc chi anh chuyện hai chúng
Em
Am
G
mình là giấc mơ trong cuộc đời. Tình mình nay chết như lá úa thu
F
C
Am
rơi. Đường trần mồ côi tôi lạnh lùng ôm kỷ niệm của hai chúng
A7
Dm
Am
FINE
mình. Tuy đã xa nhau rồi nhưng không bao giờ quên anh.

Không còn mùa thu

Nhạc và lời : VIỆT ANH

1. G7
2. G7
Cmaj7
thâu Anh làm mùa
sang... Còn thương nhớ nhau về thắp sao
E7
F
C
trời Còn thương nhớ nhau từng đêm bão tố Tóc ướt trăng
Am7
Dm9
G7
thề Lời yêu chưa nói trên môi vụng về Đường ta đã
Cmaj7
E7
F
qua chìm khuất chân trời Đường ta sẽ qua nào ai biết
Am7
Dm9
G7
C
Fine
tới Chiều buông rã rời ru lòng thôi mơ ru buồn lên thơ.

KHÔNG NHÌN NHAU LẦN CUỐI

người đã xa Trong bao kiếp hoang vui chưa tìm thấy xin cho như cơn mê say còn mãi trong đời Đâu có ai
biết mai sau Đâu có ai mãi thương đau Đâu có ai phải muôn kiếp xa nhau Thôi đành giã từ niềm tin trong
ta Năm dài đời ôi bao la Đến nay bước chân đã hoang mang rồi Thôi đành cúi đầu phận bèo dong
đưa Xa nhau như nước xa nguồn Cuộc tình ngày nào tìm đến rồi mãi thiết tha Em ơi Em ơi quay
đi để cho chia lìa lần này dài phút xót xa Đừng nhìn nhau mắt hoe lệ nhòa Đừng bùi ngùi khóc tím
se môi chùng Đừng ôm đớn đau khi tình đã xa. Cuộc tình ấy như mây qua
trời Kỷ niệm ngày đó chung vui bên đời Đừng ôm đớn đau khi tình đã rồi.

KHÚC CA mùa hè

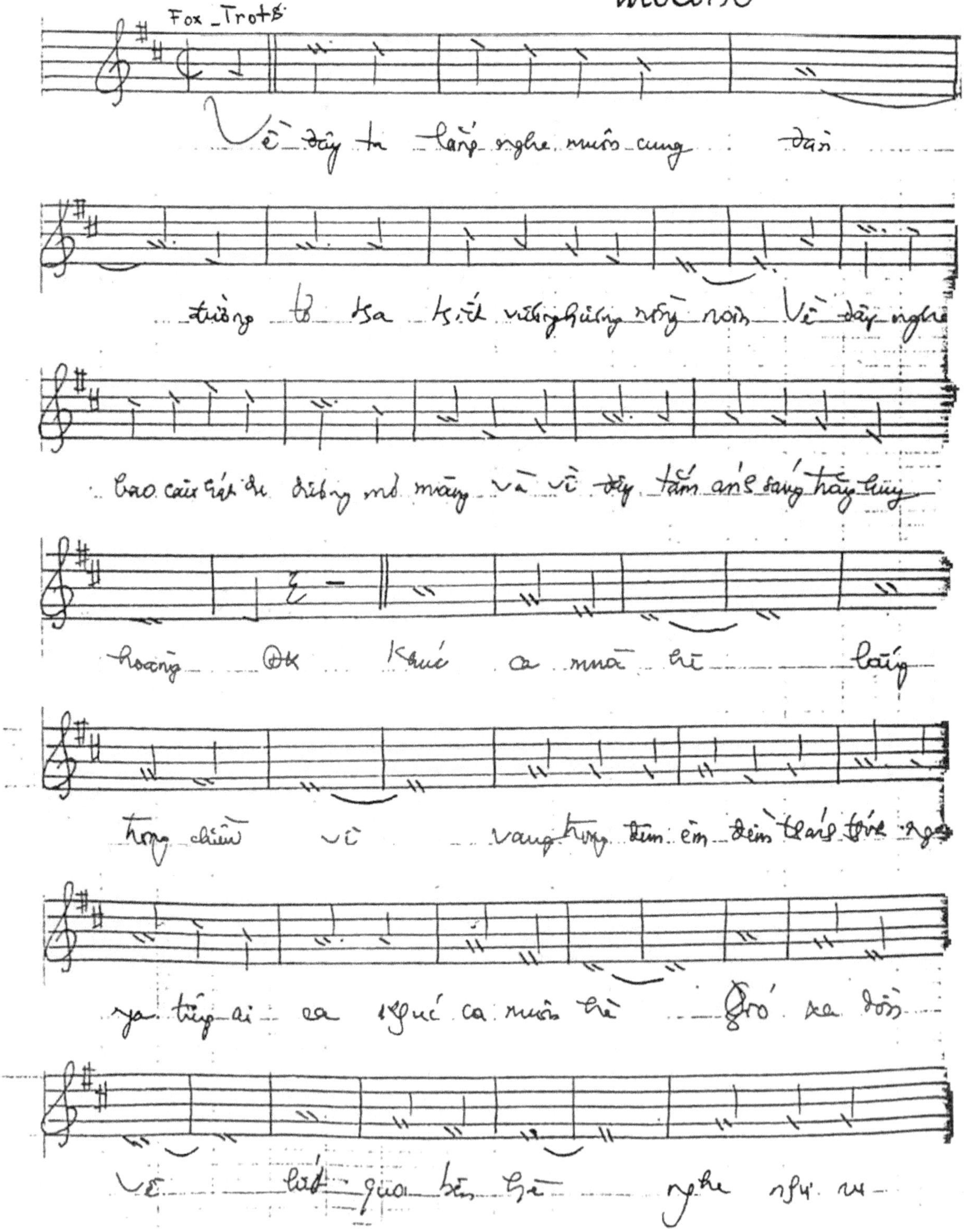

CANHTÀN

Khúc Ca Ngày Mùa

Lam Phương

G B Em
lơ hó lơ hò lờ. Nầy anh em ơi! Giã cho thật đều, giã cho thật
Am G Em
nhanh, giã cho khéo kẻo trăng phai rồi. Khoan hò khoan tiếng chày
B7 Em Em
khua vang mãi trong đêm dài. Cười lên đi trăng sắp tàn bóng xế. Hát lên
Am G B7 Em
đi để rung lòng nhân thế, để đồng xanh vui khúc ca ngày mùa.
Am Em D7 G B7
Ánh trăng lơi. Tiếng sương rơi. Rơi khắp thôn
Em B7
làng sầu đầy vơi. Tiếng hát câu hò lờ đờ
Em B7 Em
FINE
trôi. Tiếng lòng tràn ngập hồn quê.

KHÚC HÁT ÂN TÌNH

Xuân Tiên
lời : Song Hương

Dm F D7 Gm C
Cho thương hương đời lúa vàng tình ơi! Ngày mai hạnh
Gm Dm
phúc nơi nơi reo cười quê hương thôi đau sầu ngăn sông
F Gm Dm C
núi cách chia. Ta đem yêu thương về cho phương bắc.
A7 Dm F
Tìm về mảnh vườn hoa thắm, hái bông Tầm
Gm Dm Am Dm
(Nhạc dạo)
xuân trao nàng. Lời hát ân tình hồng, hồng đôi má.
F Dm F
Ơi! Đời sống yên
Gm C Dm
FINE
vui là vui, dìu nhau đi vào chung bóng mơ.

Cô KHÁNH - NGỌC

KHÚC NHẠC LY HƯƠNG

Lời và Nhạc: LÂM - TUYỀ

ly. Thà quyết ra đi từ đây.
Mặc dời giông tố muốn pha-
phàng. Đàn chim Âu cứ tiến mơ màng dưới chóp xanh.
— Biển gầm mênh mông không nơi ngưng cánh tránh gió táp. — Giọng cười the thé với sóng gào
! Đời ta như cánh gió theo lâu đi bốn phương.
Rồi một hoàng hôn — Rồi một hoàng hôn ta sẽ hồi
hương. Trở về quê xưa thêm bao tình thương. Bao con buồm xưa đến đón cố-
nhân — Với bóng thân yêu ngàn dời chờ mong, Mây trời bao la.
Lòng càng thôn thúc. Quên hết bao mối hận mà đi.
— Yêu đương say đắm mà chi Xa xôi đem thú biệt ly Sầu nhớ đau thương làm
chi Mặc dời giông tố muốn phủ, chi — — — — — — — —

Khúc thụy du.

Anh Bằng

Dm C Am
hỏi vì sao ta yêu nhau Vì sao môi anh nóng vì sao tay anh
G Dm E
lạnh vì sao thân anh run vì sao chân không vững... Vì sao và vì
Am
sao Hãy nói về cuộc đời tình yêu như lưỡi
Dm G A7
dao tình yêu như mũi nhọn êm đi và ngọt ngào cắt đứt cuộc tình
Dm Am
đầu Thụy bây giờ về đâu? Thụy bây giờ về
Dm Am C
đâu? Em là chim bói cá anh là bóng trăng ngà chỉ cách một mặt
Dm Em Am
hồ mà muôn trùng chia xa.

khúc xa người

nhạc và lời: TRƯỜNG SA

xăm . Với nhau một thời say đắm , chưa một lần tình ta đối
gian . Thôi hãy quên người đi , cho nhau được
gì , yêu đương là thế , nhắc chi hẹn thề , cũng thế mà
thôi , ngàn lời đã nói , cũng là mây trôi .
Người xa trong tầm với , ước mơ xưa phai
rồi . Mùa xuân qua hè tới , thu
hát khúc xa người . Nhớ đông sầu chia phôi một
mảnh linh hồn đơn côi cũng thôi một trời yêu
1.
2.
Fine
dấu , xa người rồi còn chi nữa đâu .

KIẾP CẦM CA

Huỳnh Anh

E7 Am Am
tắt gởi ai nỗi niềm. Người đến bên mình khi
A7 Dm
vui trăm ngàn lưu luyến. Nhưng hoa xưa đã tàn úa đâu còn.
Am C
Đời ta là bến ai qua ghé thăm đôi lần. Nhớ chăng tiếng ca cung đàn ngày
E7 Am
xưa. Đêm nay bên thềm một bóng ai? Dừng chân bước giang hồ phiêu
E7 A7 Dm
linh. Mưa đêm vẫn rơi mãi không ngừng. Có người ca
E7 Am
FINE
sĩ khóc đời quạnh hiu.

KIẾP HOA

Dương Thiệu Tước

Cm Ab Gm Cm
p
Thương cho đời hoa khéo sao sớm nở tối tàn.
Ab Bb Fm6
3
Mà giờ đây muôn hoa thắm tươi. Hương theo gió đưa trong muôn sắc huy
Cm Fm Bb Eb
hoàng. Ai có ngờ đâu khi ánh tà dương lắng sau màn sương.
G7 C G7 Cm
3
Hoa lìa cành biếc, hồn theo gió vương.
Eb Cm
Nhưng bên luống hoa. Kìa ai ngồi thở than.
Gm Ab Gm
Lo thay hồng nhan giống hoa sớm nở tối
Cm G7 Cm
1. 2.
3
tàn. Trong vườn chiều êm nắng...... Cm......tàn. Đàn ai tơ
Bb G7 Cm
Rall...
FINE
vương. Cho khuấy mối sầu thương.

Kiếp Nào Có Yêu Nhau

Thơ Hoài Trinh - Phạm Duy phổ nhạc

Rất Mạnh

C F G C F G F
Bao giờ có yêu nhau Thì xin gạt hết thương đau Anh đâu anh đâu rồi ?
E7 Am Am G
Anh đâu anh đâu rồi ? Đừng nhìn nhau nữa anh ơi ! Xa nhau đã xa
C Dm Am
rồi Quên nhau đã quên rồi ! Còn nhìn chi ?
Am A7 Dm G
Còn nhìn chi nữa anh ơi ! Nước mắt đã buông
C Dm Am
rơi Theo tiếng hát qua đời ...
Dm B♭ A
Đừng nhìn nhau nữa anh ơi !

Saigon 1958

KIẾP NGHÈO

Lam Phương

D7 Gm C
1.
đường về quá xa. Mưa ơi! Có thấu cho ta lòng lạnh
A7
lùng giữa đêm trường. Đời gì chẳng tình thương không yêu đương. Thương......
D7 Gm A7
2
......ngùng đành lẳng phai. Đêm nay giấy trắng tâm tư gửi về người chốn mịt mùng. Đời
Dm
nghèo lòng nào dám mơ tình chung. Trời cao có thấu cúi xin
Gm C7 F Gm B♭
người ban phước cho đời con. Một mái tranh yêu một khối
Dm A7 Dm Gm6
tình chung thủy không hề phai. Và một ngày mai mưa không
Dm A7
nghe tiếng khóc trong đêm dài. Đây cả nỗi niềm biết ngày
Dm Dm
1. 2. FINE
nào ai thấu cho lòng ai. ai.

Kiếp sau

Gm
Bb
Cm
D7
Đến em một tháng trời gần Đơm hoa (là hoa) kết
Gm
Cm
Bb
Gm
D7
mộng cùng ngần ấy thôi! Đến em góp núi chung đồi! Thiêu nương đốt
(là nương)
G
G
lá cũng rồi hoang sơ... Đến cho em suối cú ngàn thơ Bờ sông
D7
thương còn nghe trắc trở Và quên thôi bông sẽ phai hường! Mà nghe

thơ Cung Trầm Tưởng

Phạm Duy soạn thành ca khúc

Kiếp tha hương
Nhạc và Lời : LAM-PHƯƠNG
Từ phiêu linh trở về đây
Lòng trai còn gợn bóng mây sông hồ
Đêm nay về giữa Kinh-Đô
Đèn hoa sáng nửa bài thơ phong trần.
DIÊN-AN
Êm và chậm (SLOW ROCK)
Chiều đi lặng lờ màn đêm dần trôi,
— Bâng khuâng vì gió đông đến tìm côi. Ngả mình nghe lá khô nhẹ
rơi thấy lòng bớt cô đơn giữa ánh đèn kinh-đô sáng soi.
— Hồn theo làn khói về nơi mộng mơ, Chim non mỏi cánh tung gió chơi
K.D. số 2500/XB ngày 4-12-1961

vơi. Thẫn thờ nghe tiếng chuông ban chiều ngỡ rằng câu hát mỹ
miều vì đời mình chỉ biết cô liêu. Thương cho thân
giải đường xa mang vào kiếp không nhà đời như áng mây trôi,
— Thương ai chốn xa xôi chiều nay trên bến sông nghe đông sang lạnh
lùng . . . Giờ đây là lúc đàn gieo niềm thương,
— Lần vai cùng vui trong kiếp tha hương. Mình dìu nhau khắp nơi chân
trời tìm vần thơ ngát hương dời đề dệt thành câu hát quê hương.

KIẾP VE SẦU

NHẠC VÀ LỜI : *Lam – Phương*

hoài. Từ ngày quen bước phong sương nụ cười đã tắt trên môi khi xuân tươi chưa tàn
phai. Suốt đêm thâu cùng ánh đèn dâng khách an nhàn một vài nếp sống yên
vui. Nhưng tâm tư ai thấu những đêm trời sầu buồn tẻ, Cười đùa vì nguồn sống khi
lòng chỉ tìm lặng lẽ. Và một ngày u tối đau buồn tái tê dâng lên mi,
Là đường về lạnh lẽo không còn tiếng chân ai lê thê. Trong đêm mưa gió
— Tiếc thương cho một kiếp người mang kiếp cầm ca lạc
loài. Từ biệt thế gian bao điêu linh sang chốn lãnh quên của thế nhân.

KINH KHỔ

Trầm Tử Thiêng

C Dm
go. Miễn là mai niềm đau thành nụ cười. Xin cho Me.
em. Bỗng nhìn nhau gọi nhau thật đậm đà. Xin cho Me.
Dm C Dm
Tròn lời kinh đêm nay. Người sẽ về. Trước khi Mẹ khuất
Tròn niềm tin đêm nay. Người sẽ về. Trước khi trời bủa
F Dm B♭
núi. Xin cho Me. Ngoài trời im kinh động. Người sẽ về.
tối. Xin cho Me. Một giờ im kinh động Nhìn thấy người.
Dm C Dm
Dù rách rưới tả tơi. Người về một giờ một đông thêm.
Dù rách rưới tả tơi. Người về một giờ một đông thêm.
C Dm
Người đi càng dây càng thưa dần. Rời ngày sinh ly. Rời đêm từ
Người đi càng giây càng không còn. Một thời điêu linh. Một phen hoạn
B♭ C Dm
FINE
biệt. Còn lại hôm nay với vòng tay tình yêu người và người.
nạn. Còn lại hôm nay những lời kinh tình yêu đầy nhiệm mầu.

Kim

Y Vũ

Twist
G
Có sao buồn này KIM. Có sao
C
sầu này KIM. Ai thương em hơn anh mà tìm..
G
D7
Có sao hoài này KIM. Có biết chăng lòng
C7
G
anh đã mơ từng phút vui buồn cùng em..
Gm
Đời là những chuỗi ngày sầu lo. Tình là những bến

Cm
bờ mộng mơ. Em như hoa nở trong mùa mưa.
Gm
D7
Sống giữa khi trời đất giông tố. Anh đem yêu thương
C7
Gm
G
xóa muôn áng mây mờ. Cớ sao
C
buồn này KIM. Cớ sao sầu này KIM. Khi yêu nhau tuy
G
D7
xa mà gần. Cớ sao hoài này KIM. Hãy sống cho tình
C7
G
FINE
yêu, sống trong mộng thắm khi tuổi còn xanh.

KỶ VẬT CHO EM

thơ Linh Phương nhạc Phạm Duy

ơi ! Em hỏi anh Em hỏi anh bao giờ trở lại ! Xin trả
lời xin trả lời mai mốt anh về . Anh trở lại đây kỷ vật viên đạn đồng
đen, em sang sông cho làm kỷ niệm Anh trở về anh trở về trên đồi rạng gỗ Anh trở
về anh trở về người đã bị thương Em một chiều dạo phố mùa Xuân, bên người yêu tật nguyền chai
đá . Em hỏi anh Em hỏi anh bao giờ trở lại ? Xin trả
lời xin trả lời mai mốt anh về . Anh trở về nhìn nhau rung động anh trở
về chia xẻ đời em . Ta nhìn nhau ánh mắt chưa quen cố quên
đi những ngày đen tối , Em ơi !... Em hỏi
anh em hỏi anh bao giờ trở lại , xin trả lời xin trả lời mai mốt anh về . Em hỏi ...

LÁ ĐỔ MUÔN CHIỀU

Từ Linh

Dm B♭ F Dm A7
đi. Em ơi! đừng dối lòng. Dù sao chăng nữa cũng nhớ đến tình đôi
Dm D Bm
ta. Thôi thế từ đây anh cố đành quên rằng có người.
C♯m F♯m A
Cầm bằng như không biết mà thôi. Lá thu còn lại đôi ba
Gm6 A7 D
cánh. Đành lòng cho nước cuốn hoa trôi. Thôi thế từ nay như lá vàng
Bm C♯m F♯m
bay tình lỡ rồi. Thuyền rời xa bến vắng người ơi! Hướng
A Gm6 A7 D
FINE
dương tàn tạ trong đêm tối. Còn nhớ phương nào hoa đã rơi. Thu.....

Lá rơi bên thềm

(1966)

Nhạc: Lê Trọng Nguyễn
Lời : Nguyễn-Hiền

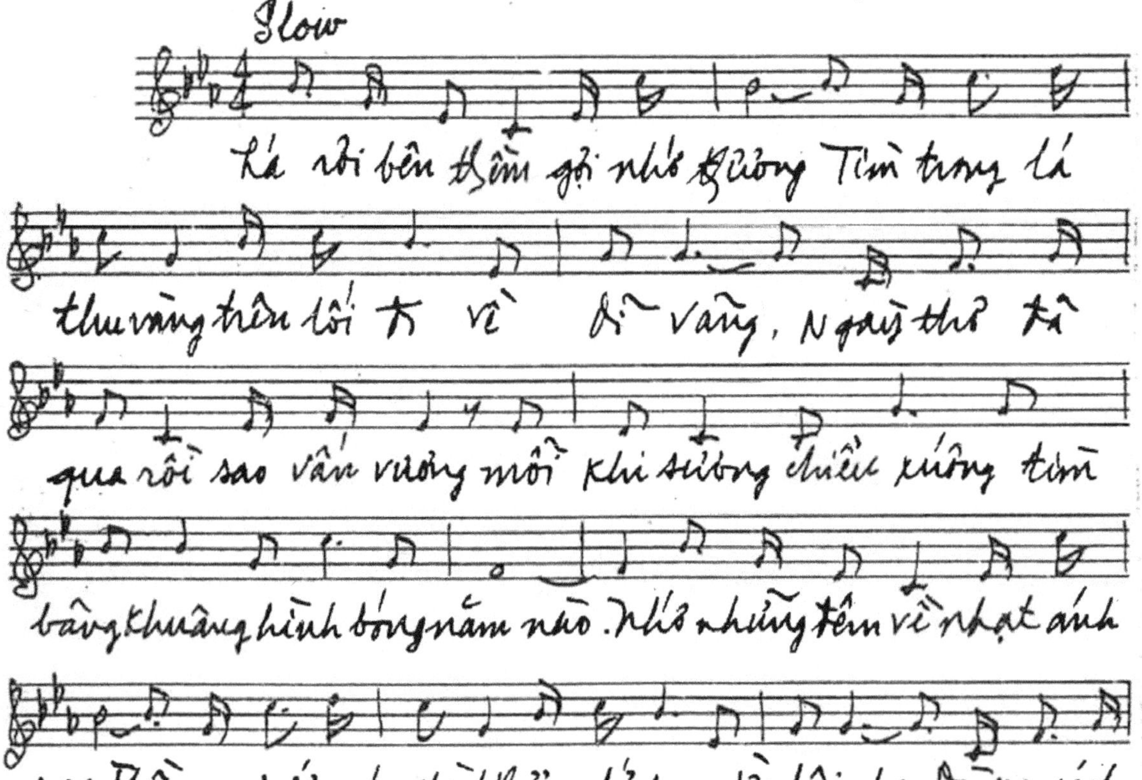

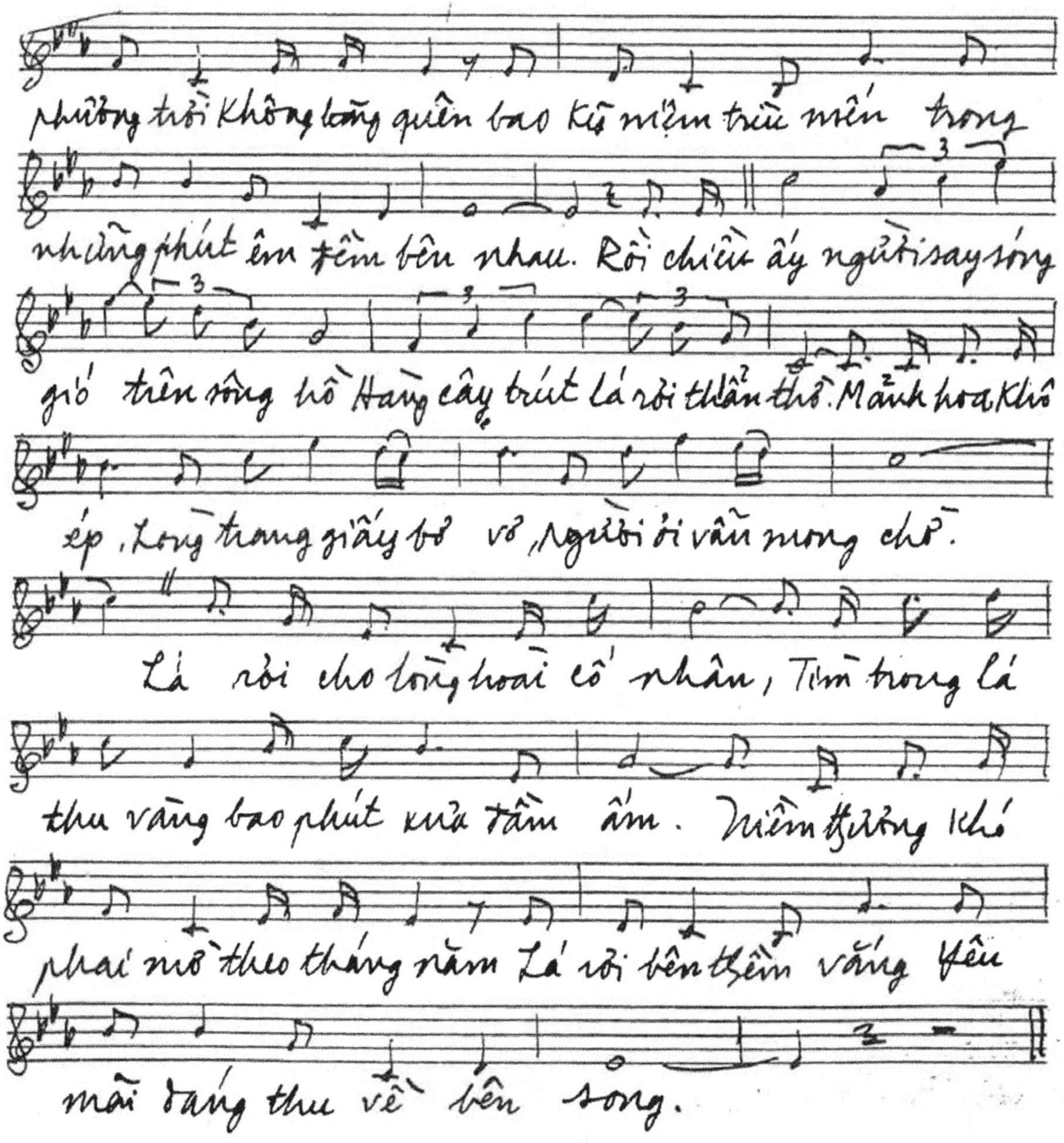
phượng trời không từng quên bao kỷ niệm triền miên trong
những phút êm đềm bên nhau. Rồi chiều ấy người say sóng
gió trên sông hồ Hàng cây trút lá rồi thẫn thờ. Mảnh hoa khô
ép, lòng trang giấy bỏ vở, người ơi vẫn mong chờ.
Lá rơi cho lòng hoài cố nhân, Tìm trong lá
thu vàng bao phút xưa đằm ấm. Niềm thương khó
phai mờ theo tháng năm Lá rơi bên thềm vàng yêu
mãi dáng thu về bên song.

LÁ THƯ

Từ Linh

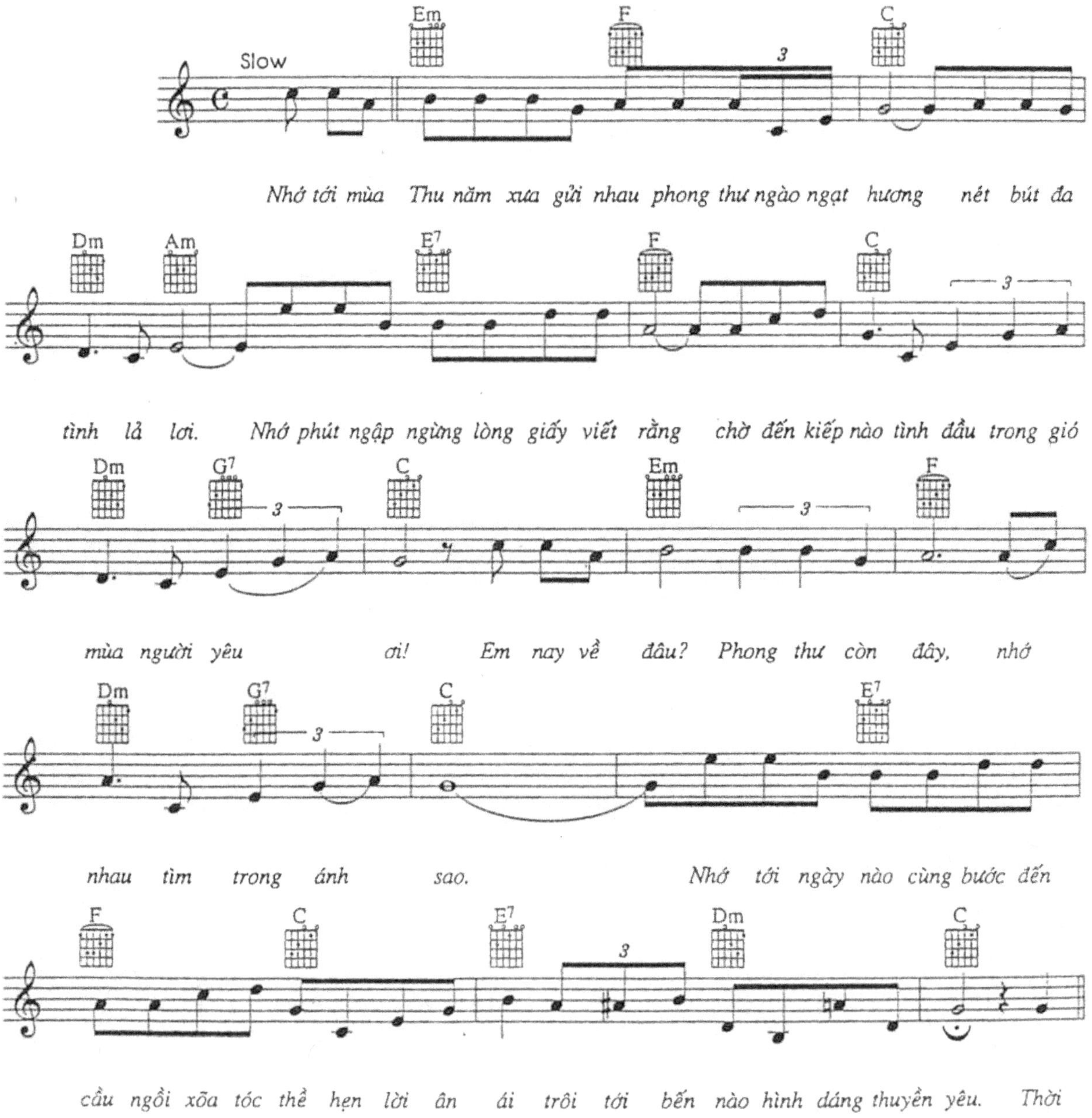

gian như xóa lời yêu thương. Thời gian
phai dần mầu bao lá thư. Anh quay về đây đốt tờ thư quên đi niềm ân ái ngàn
xưa. Ái ân theo tháng năm tàn. Ái ân theo tháng năm vàng. Tình người nghệ
sỹ phai rồi. Nhớ tới mùa thu năm nào mình anh lênh đênh rừng cùng
sông. Chiếc lá thu dần vàng theo. Nhớ tới ngày nào cùng bước đến
cầu ngồi xõa tóc thề còn đâu ân ái chăng người xưa.
FINE

LÃNG DU
(L'AVANTURA)

• Lời Việt NGUYỄN DUY BIÊN

Ca sĩ trình bày DUY CƯỜNG — DUY QUANG

In tại nhà In TÂN TRUNG
Số 36/7, đường Đồng Khánh Cholon
ngày phát hành 9-5-1974
Số lượng : 2000 bản

GP 1848/74/BDVCH/
KSALP—ngày 24-4-74

du khắp nơi Xin cánh tay chàng kè em êm dưới gối
Xin cho đôi ta yêu đắm say hương thời gian thêm ngất
ngây đời phiêu lãng ôi đẹp thay
Anh với em cùng lênh đênh quên tháng ngày
lãng du khắp nơi Anh ước mơ được ôm em trong giấc
nồng Lãng du khắp nơi Xin cánh
tay chàng kè em êm dưới gối Xin cho đôi
ta yêu đắm say hương thời gian thêm ngất ngây đời phiêu lãng ôi đẹp
thay
Fade out
D
G
A

LÀNG TÔI

Chung Quân

Gm Eb Gm
màng. Nhưng than ôi! Có một chiều thu lá thu rơi.
Bb
Có một chiều thu lá thu rơi... Ôm súng nhìn
Cm Gm Bb
quê tôi thầm mơ bóng ngày
Gm Bb Gm Dm
về. Mơ trong bóng ngày về. Quê tôi chìm chân trời mờ
Gm Bb Cm
sương. Quê tôi là bao nguồn yêu thương. Quê
G Em D7
f
tôi là bao nhớ nhung se buồn. Là bao vấn vương tâm
rall...
G
FINE
hồn người bốn phương.

Nắng
Lễ

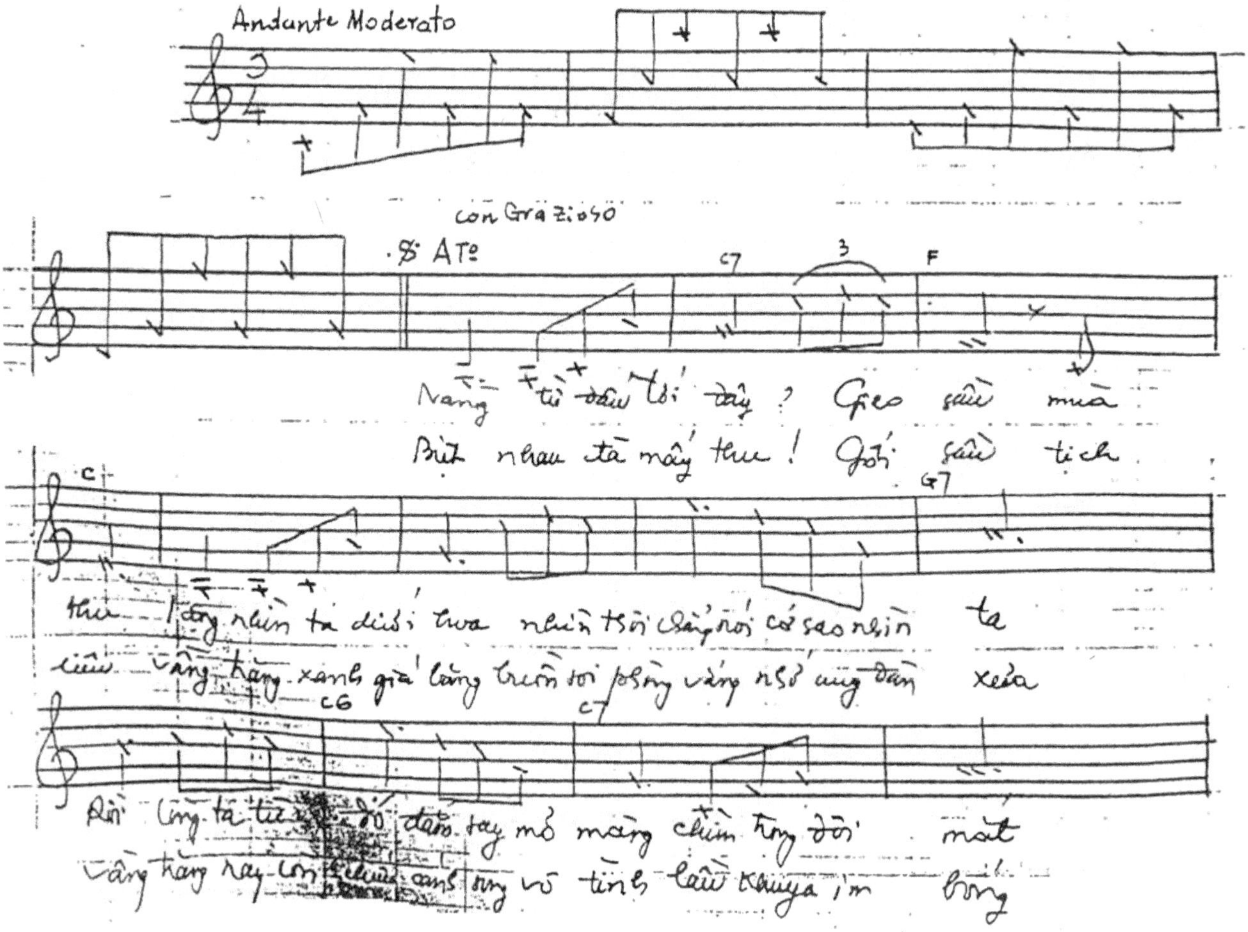

Andante Moderato
con Grazioso
A Tº
C7
F
C
G7
C6
Nắng từ đâu tới đây? Gieo sầu mùa
Biết nhau từ mấy thu! Gói sầu tịch

Nhạc Lâmtuyền
lời Dạchung

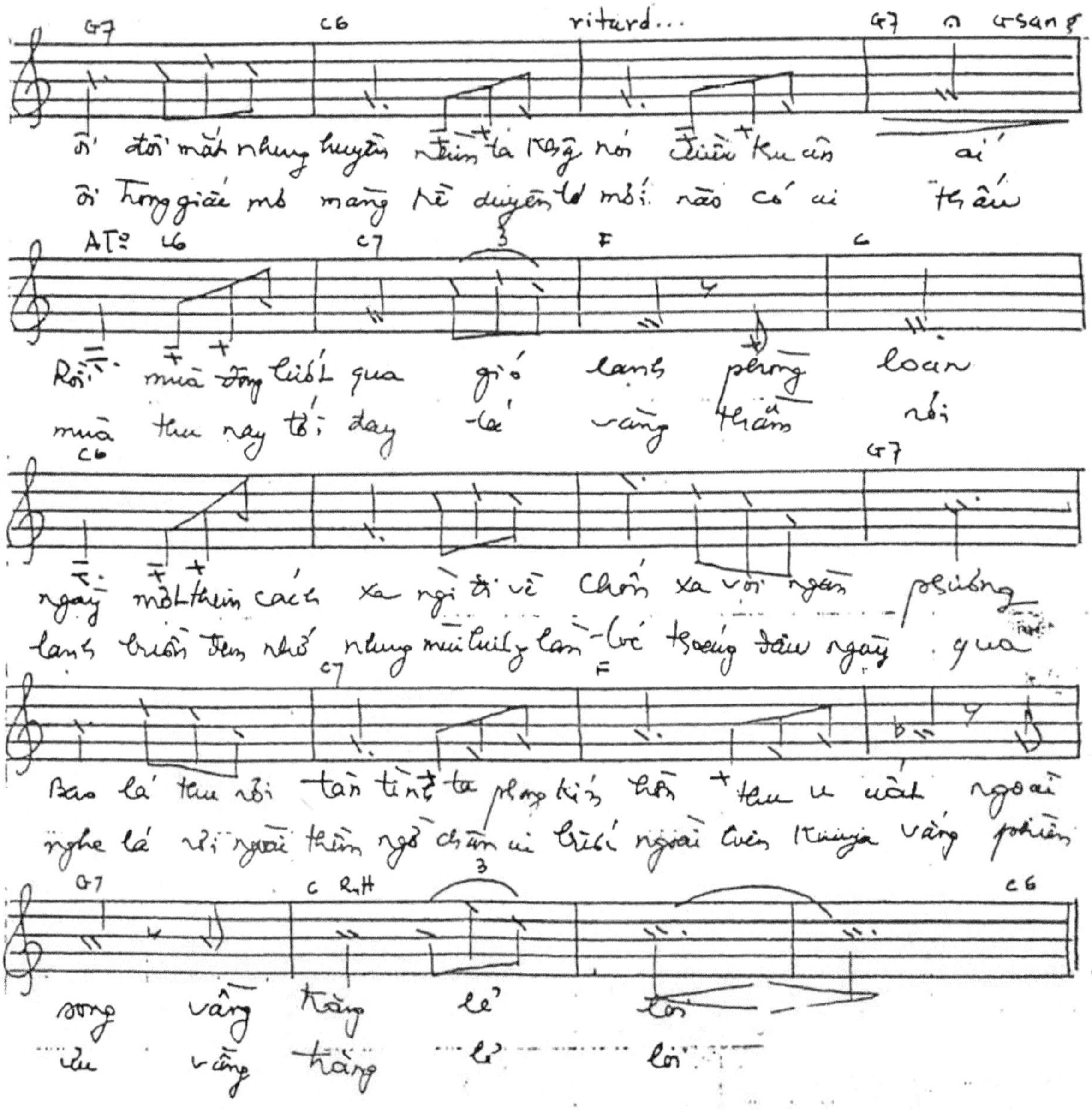

LẠNH LÙNG

Nhạc : ĐINH VIỆT LANG
Thơ : VẠN TUYẾT LINH

Em giết tình anh nữa phải không
Em đem băng tuyết lấp hoa hồng
Em đem hờ hững vùi thương nhớ
Em giết lòng anh trong lạnh lùng.

VẠN.TUYẾT.LINH

GIẤY PHÉP SỐ 1929-BTT-BC3-XB NGÀY 19-5-65
ẤN QUÁN TÂN-TRUNG CHỢLỚN

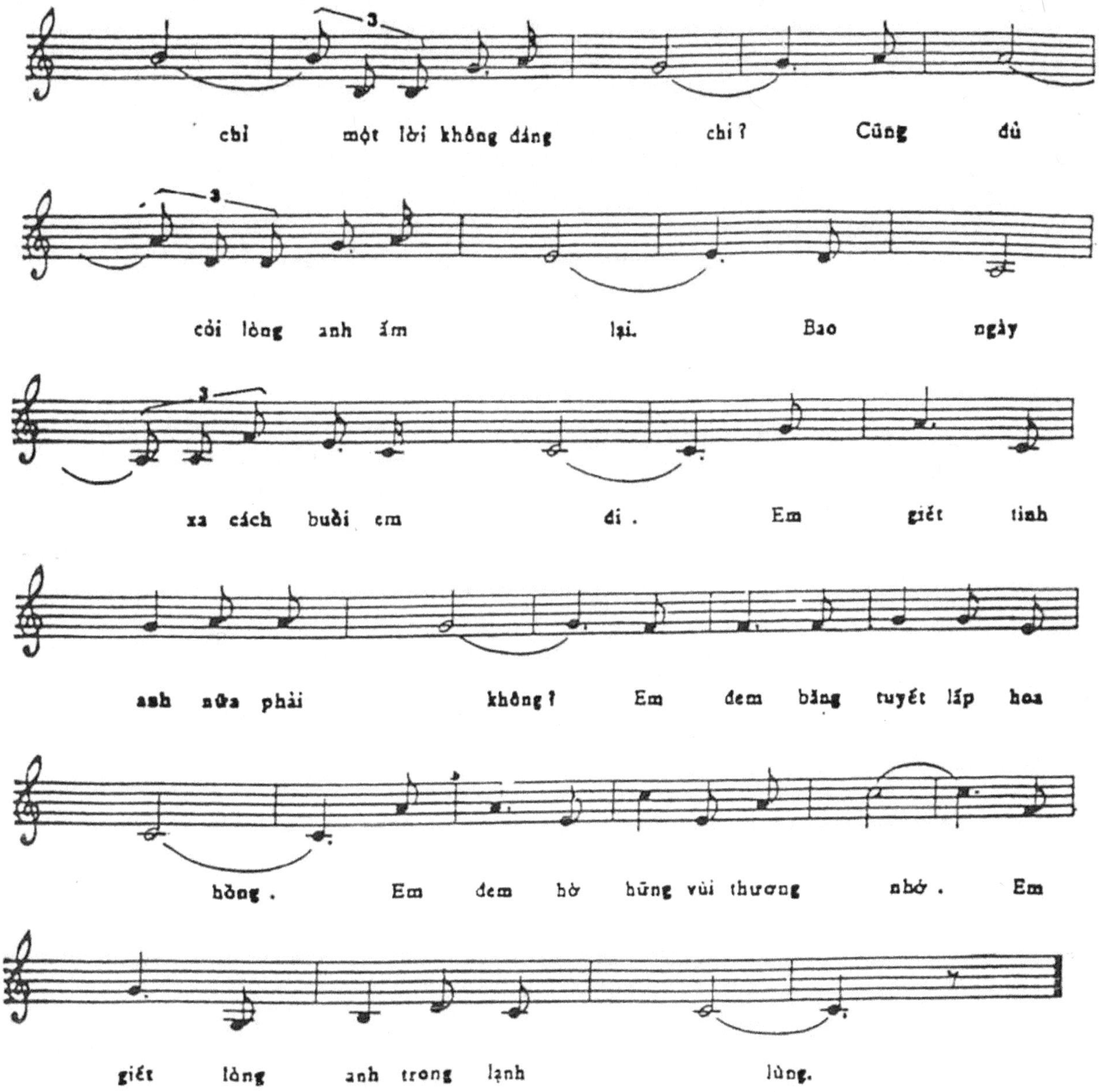

Bản **LẠNH LÙNG** *của* *ĐINH VIỆT LANG và VẠN THUYẾT LINH*
do **MINH - PHÁT** XUẤT BẢN VÀ GIỮ BẢN QUYỀN

LÂU ĐÀI TÌNH ÁI

Trần Thiện Thanh

G G#dim D
ái đó chắc không có trên trần gian. Anh đưa em vào bằng
Em D A D7
tiếng hát chắp đôi cánh nhung thiên thần. Em ơi! Lâu đài tình
G G#dim D
ái đó sáng trong ánh tinh cầu xa. Cho nên cho dù nghìn
G E7 A
năm qua, còn vấn vương đôi hồn hoa. Anh kết lầu hoa bằng thơ tình
D Em D
ái. Cho mắt em xanh đến tận muôn đời.
A7 Bm D7
Chuyện tình mình chưa nghe lừa dối. Lời hẹn đầu chưa đi vào
G Em A7 D
FINE
tối thì Lâu Đài mang tên Tình Ái đón hai đứa chúng ta mà thôi.

LỆ ĐÁ

Trần Trịnh
Hà Huyền Chi

vàng và ước mơ sao trời đừng bảo tố để yêu thương càng nhiều gắn
cười nào biết trong em còn nhiều trống vắng trải yêu đương chỉ là trái
phiền lời hứa cao bay cuộc tình cút bất giác mơ hoa dâu đời đã
bó tháng ngày là men say nguồn thơ Tình yêu đã vỗ cánh rồi
đắng gã tất nguyện buông trôi niềm tin Người đi mãi mãi không về
tất, có gì vừa trôi qua tầm tay.
Là hoa rớt mắt cho đời Chắt chiu kỷ niệm dĩ vãng
Thời gian xóa vội câu thề Bóng anh nhạt nhòa bóng núi
Em nhớ gì không em ơi! Màu áo thiên thanh thơ n.y ngày
Em vời tình yêu trắng soi. Tượng đá kiên trinh ôm con đợi
Lạy chúa ba ngôi nghe con nguyện
trong
nào Chìm khuất mưa mưa bay rạt rào
chồng Nhạc lá thu mưa hay chân ngựa hồng
câu Và giúp cho con quên đi tình sầu
Đọc lá thu xưa một trời luyến tiếc nhớ môi em và mắt mắt
Lệ đá tuôn rơi giòng giòng nối tiếp ngóng hình phu đời đời kiếp
Lời thánh ru êm giọt đàn thông hồi. Chúa trên cao mỉm cười thứ
biếc Suối tiên hò trăng xanh đầu non.
kiếp Suối vọng tìm trăng xanh đầu non.
lỗi Nhưng giọt đàn vang trong trời tin.

LIÊN KHÚC TÌNH BUỒN

Nhạc và Lời : Đức Huy

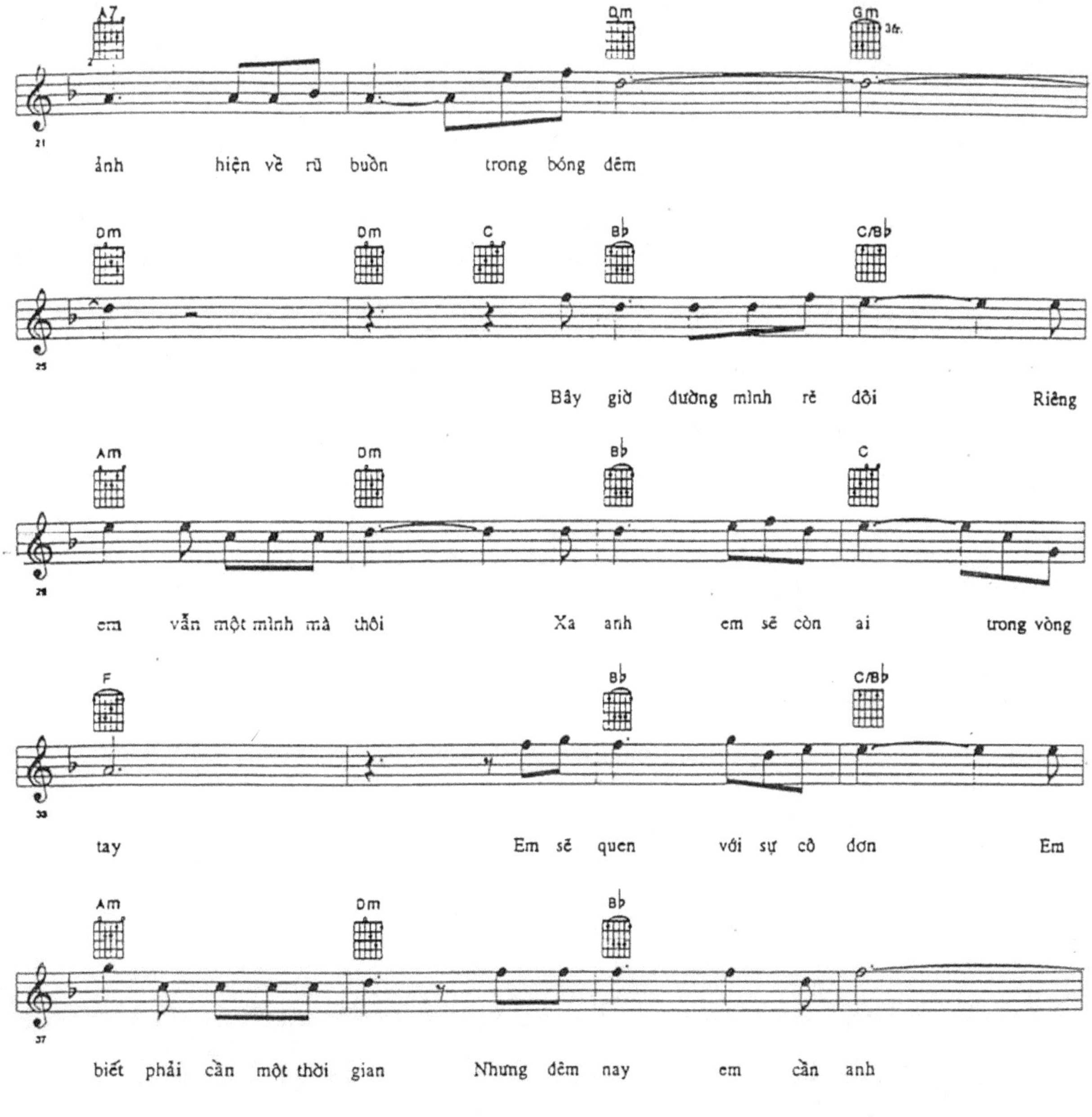
A7 Dm Gm
ảnh hiện về rũ buồn trong bóng đêm
Dm Dm C Bb C/Bb
Bây giờ đường mình rẽ đôi Riêng
Am Dm Bb C
em vẫn một mình mà thôi Xa anh em sẽ còn ai trong vòng
F Bb C/Bb
tay Em sẽ quen với sự cô đơn Em
Am Dm Bb
biết phải cần một thời gian Nhưng đêm nay em cần anh

Ddim
A7
Anh ở đâu?
A
Dm
Dm/C
tacet
a tempo
Liên khúc tình buồn em hát cho anh
Những đêm dài lạnh
Những tiếng nhạc buồn như xé con tim
Những kỷ niệm còn
Bb
A7
giá một mình
Một mình nằm chờ bước chân không còn
mãi đắm
Dm
Gm
3fr.
A7
đến.
chìm
Tacet
Liên khúc tình
A7
Dm
Gm
3fr.
Dm
buồn em hát cho anh
Fine

Nhạc sĩ Đức Huy

LINH HỒN TƯỢNG ĐÁ

MAI BÍCH DUNG

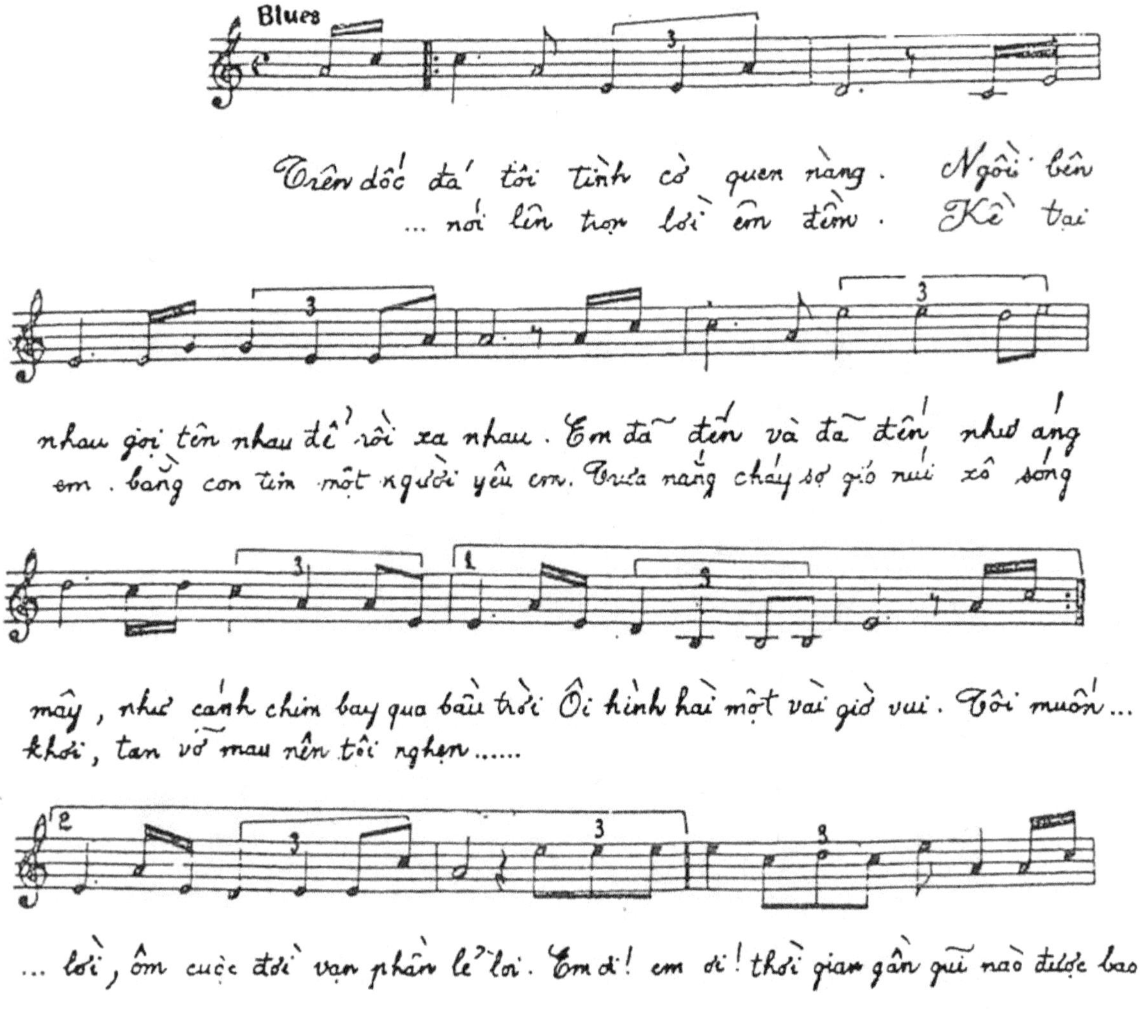

Kiểm duyệt số: 1870
BTT ngày: 6.5-70

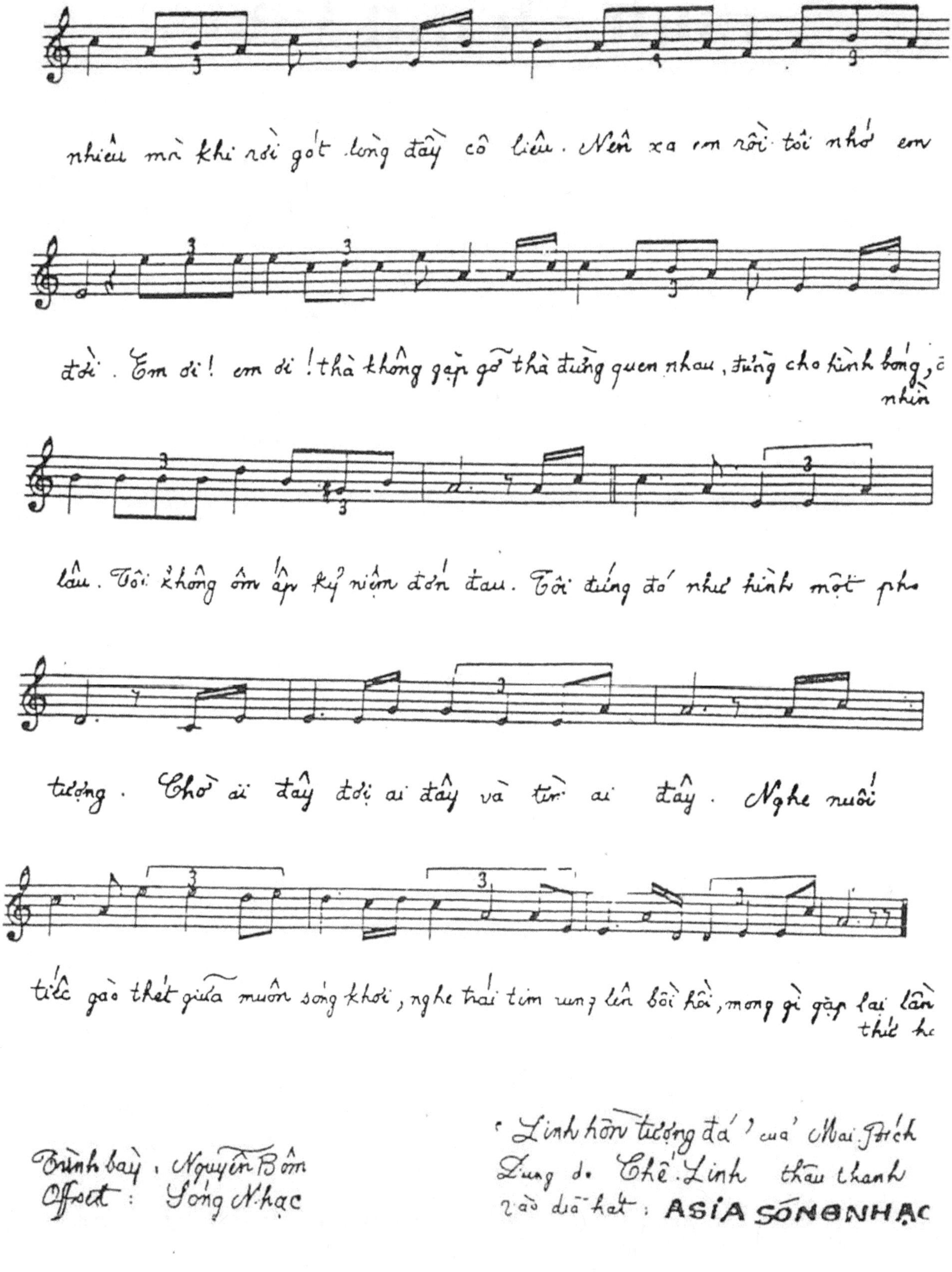
nhiều mà khi rời gót lòng đầy cô liêu. Nên xa em rồi tôi nhớ em
đời. Em ơi! em ơi! thà không gặp gỡ thà đừng quen nhau, đừng cho hình bóng,
nhìn
lâu. Tôi không ôm ấp kỷ niệm đớn đau. Tôi đứng đó như hình một pho
tượng. Chờ ai đây đợi ai đây và tìm ai đây. Nghe nuối
tiếc gào thét giữa muôn sóng khơi, nghe trái tim rung lên bồi hồi, mong gì gặp lại lần
thứ
Trình bày: Nguyễn Bôm
Offset: Sóng Nhạc
"Linh hồn tượng đá" của Mai Bích Dung do Chế Linh thâu thanh vào dĩa hát: ASIA SÓNG NHẠC

Lính Thành Phố

Cảm tác lựa đề một truyện dài
của nhà văn Dương-Hùng-Cường

Song Ngọc

TWIST

Em bảo : «Anh là lính thành phố Chẳng có hoa tím trên rừng

(Anh là lính là lính thành) phố Suốt tháng năm trấn nơi thành

xanh đem tặng em những lúc bên nhau Anh của em chả oai ti

đô Cho hậu phương mãi mãi yên vui Sao lại không có oai ti

nào ! !». Em bảo : «Anh là lính thành phố Suốt tháng năm sống nơi thành

nào ? Chủ nhật anh lại không được nghỉ Hỏa tuyến đâu khác chi thành

đô ! » — Em vội chi chớ trách anh chi Lính thành phố xin em đừng

đô . Anh của em chiến đấu hăng ghê Lính thành phố xin em đừng

chê . Anh em đã từng là lính nhảy dù . Bao năm nơi miền hỏa

chê . (1) Anh em đã từng là lính nhảy dù. Anh đây đã từng là

CHÚ THÍCH : (1) Lời 2 Điệp khúc dành để hát tam ca, hợp ca.

HOÀNG GIÁC

LỖ CUNG ĐÀN

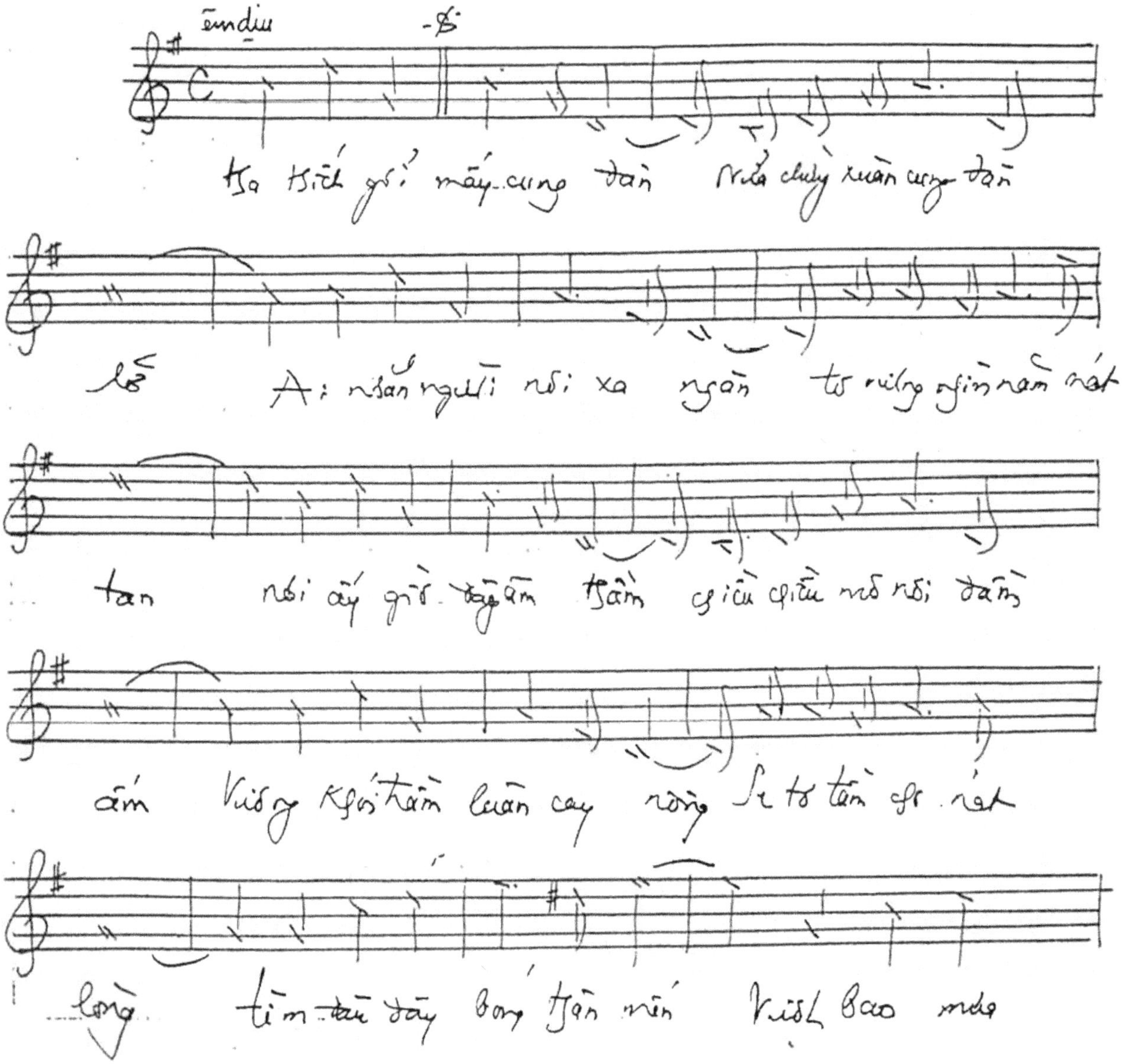

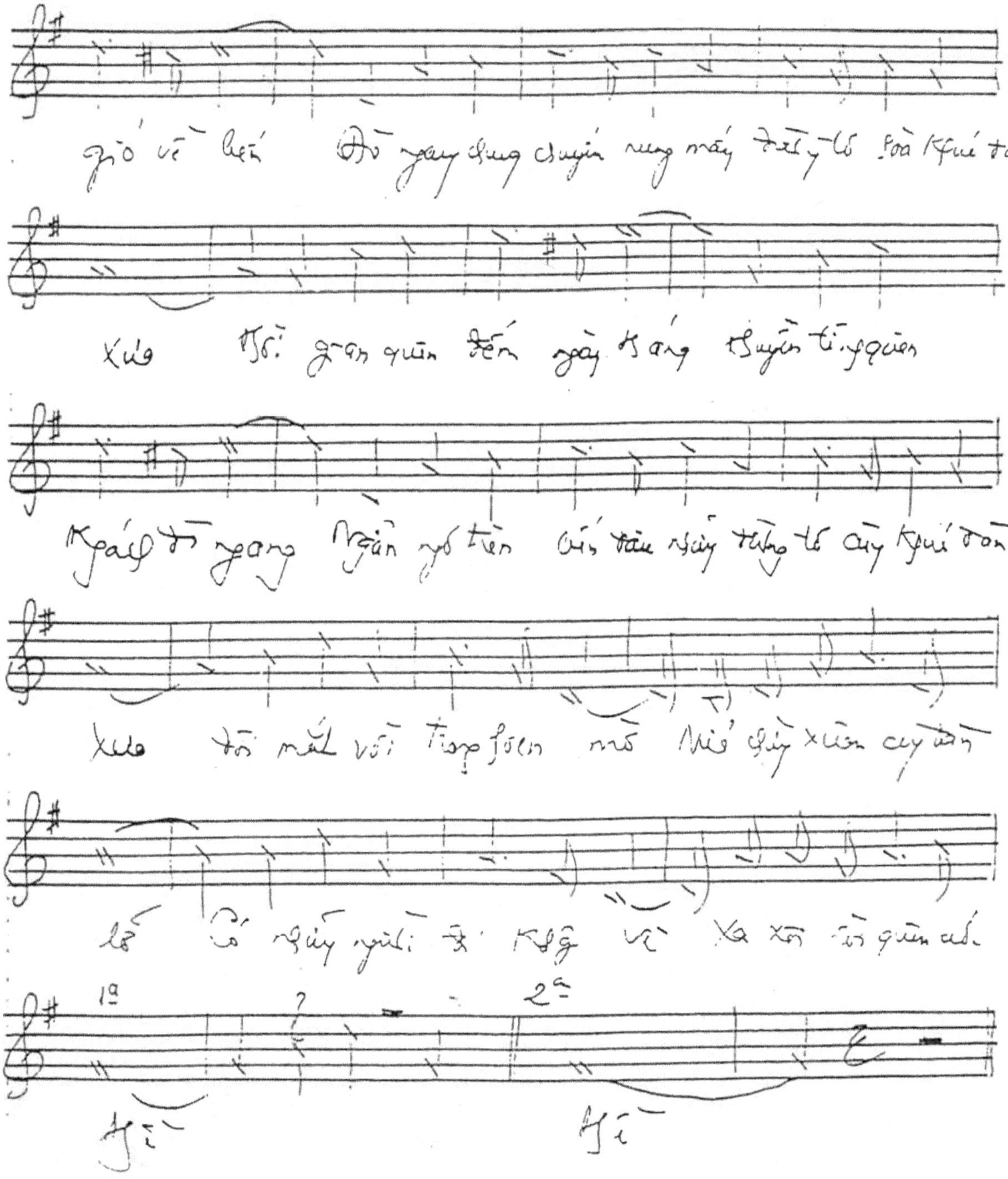

LÒNG MẸ

Y Vân

Slow
Am
1.Lòng Mẹ bao la như biển Thái Bình rạt
2.Lòng Mẹ chan chứa trên bao xóm làng gần
F C E7
rào. Tình Mẹ tha thiết như giòng suối hiền ngọt ngào. Lời Mẹ êm
xa. Tình Mẹ dâng tới trăng ngàn đứng lặng để nghe. Lời ru xao
C F Dm C E7
ái như đồng lúa chiều rì rào. Tiếng ru bên thềm trăng tà soi bóng Mẹ
xuyến núi đồi suối rừng rặng tre. Sóng ven Thái Bình im lìm khi tiếng Mẹ
Am
yêu. Lòng Mẹ thương con như vầng trăng tròn mùa thu. Tình Mẹ yêu
ru. Một lòng nuôi nấng vỗ về những ngày còn thơ. Một tình thương
F C E7 C F
mến như làn gió đùa mặt hồ. Lời ru man mác êm như sáo diều dật
mến êm như tiếng đàn lời ca. Mẹ hiền sớm tối khuyên nhủ bao lời mặn

Dm C E7 Am
dờ. Nắng mưa sớm chiều vui cùng tiếng hát trẻ thơ. Thương
mà. Khắc ghi bên lòng con trẻ muôn bước đường xa. Thương
F C Am F
3
con thao thức bao đêm trường. Con đà yên giấc Mẹ hiền vui sướng biết
con Mẹ hát câu êm đềm. Ru lòng thơ ấu quản gì khi thức trắng
C G Em
3
bao. Thương con khuya sớm bao tháng ngày. Lặn lội gieo
đêm. Bao năm nước mắt như suối nguồn. Chảy vào tim
G E7 Am Am
neo nuôi con tới ngày lớn khôn. Dù cho mưa gió không quản thân gầy Mẹ
con mái tóc trót đành dẫm sương. Dù ai xa vắng trên đường sớm chiều về
F C E7
hiền. Một sương hai nắng cho bạc mái đầu buồn phiền. Ngày đêm sớm
đâu. Dù khi mưa gió tháng ngày trong đời bể dâu. Dù cho phai
C F Dm
tối vui cùng con nhỏ một niềm. Tiếng ru êm
nắng nhưng lòng thương chẳng nhạt màu. Vẫn mong quay
C E7 Am
FINE
đềm Mẹ hiền năm tháng triền miên.
về vui vầy dưới bóng Mẹ yêu.

Thương cảm

Lời buồn thánh

Trịnh Công Sơn

dứt ô hay mình vẫn cô liêu. Chiều chủ nhật
chiều, bơ vơ còn đến bao... ....giờ.
1
2
3
buồn nằm trong căn gác đìu hiu, Tôi
xin nắm ngón tay em thiên thần trên vùng ăn năn Qua cơn hờn
dỗi. Tôi xin nắm ngón tay. em đưa vào cô đơn
Chiều chủ nhật buồn Lặng nghe gió đi về.
Chiều chủ nhật buồn lặng nghe gió đi về... chiều... chiều...

LỜI CUỐI

Nhạc & Lời: **TỪ CÔNG PHỤNG**
1968

E A
gian thêm buồn Kỷ niệm nào như muốn khóc nên
E F#m E
tôi xin một lần được trao hết cho nhau bằng một lần
B7 C
đôi mắt nai tơ Xin yêu nhau như tuổi ngây
E B7
thơ Thôi đừng lừa dối nhau làm gì
E B7 E
Thôi đừng tìm nhau nữa mà chi Đường vào ngày mai sỏi
B7 E
đá Thôi em về quên hết đi ngày xưa

Lời Cuối Cho Em

Nguyễn Vũ

A A C#m Bm
thôi. Đừng, đừng nhìn anh bằng đôi mắt buồn vời vợi. Thà em nói. Thà em
E7 A F#m
trách rằng anh dối gian thật nhiều. Bây giờ, chỉ còn đôi ba giây phút cuối bên
Bm E7 A
nhau. Em nói đi. Em nói đi dù chỉ một lời làm tan nát lòng nhau.
CODA F#m Bm E7 A
Nếu, ngày mai nếu chúng mình xa nhau. Anh xin hứa lời cùng em lần cuối.
F#m Bm E7 A FINE
Nếu ngày mai nếu chúng mình xa nhau. Anh xin muôn kiếp yêu em mà thôi.

LỜI GỌI CHÂN MÂY

Lê Uyên Phương

F♯m E7 A
Anh ơi xin anh xin anh cúi trên cơn mộng
Anh ơi xin anh xin anh lúc chân mây mệt
F♯m Bm E E7
dài để chờ ngày mai lên nắng
nhoài trở về lồng êm thân ái
1,2 A E7 F♯m
Nhớ đến ngày còn gần nhau
Bm E7 A
Nước mắt rơi khóc phút không ngờ Nhớ
E7 F♯m Bm E7
thương ngậm ngùi Cách xa
A A F♯m
biết đến bao giờ Em ơi quên đi
E7 A E7 A
bao nhiêu xót xa những chiều thiết tha bên
F♯m A A F♯m E7
nhau Em ơi xin em xin em nói yêu
A F♯m Bm E7 A
đương đậm đà Để rồi ngày mai cách xa

Lời mẹ ru

Trịnh Công Sơn

ru mẹ ru con ngủ Con ngủ trên mây Con ngủ trên
mây Tiếng khóc ban đầu Ban đầu con đau còn đau còn
đau Lời mẹ ru đêm vang ngón tay hồng Ru con khôn
Rồi một mai con đã lớn khôn rồi Con thôi thơ
lớn (. . . . . a) Con rồng Rồng Tiên Con ngủ cho yên Một
ấu (. . . . . a) Mẹ rời thật mau Mẹ rời chiêm bao Đời
đời ru con nên mắt ưu phiền Đôi khi cũng ưu phiền Con
mẹ ru con bao lâu mỏi mòn Nên lâu cũng mỏi mòn Bây
Coda
ngủ giấc hiền Mưa nhỏ ngoài đêm Lá đổ ngoài
giờ mẹ nằm Lá đổ ngoài sân.
sân Lá đổ ngoài sân Để ru mẹ ngủ.
(Khúc hát 2: Fa# m, có thể hát đối với khúc chính : La trưởng)

LỜI NGƯỜI RA ĐI

Trần Hoàng

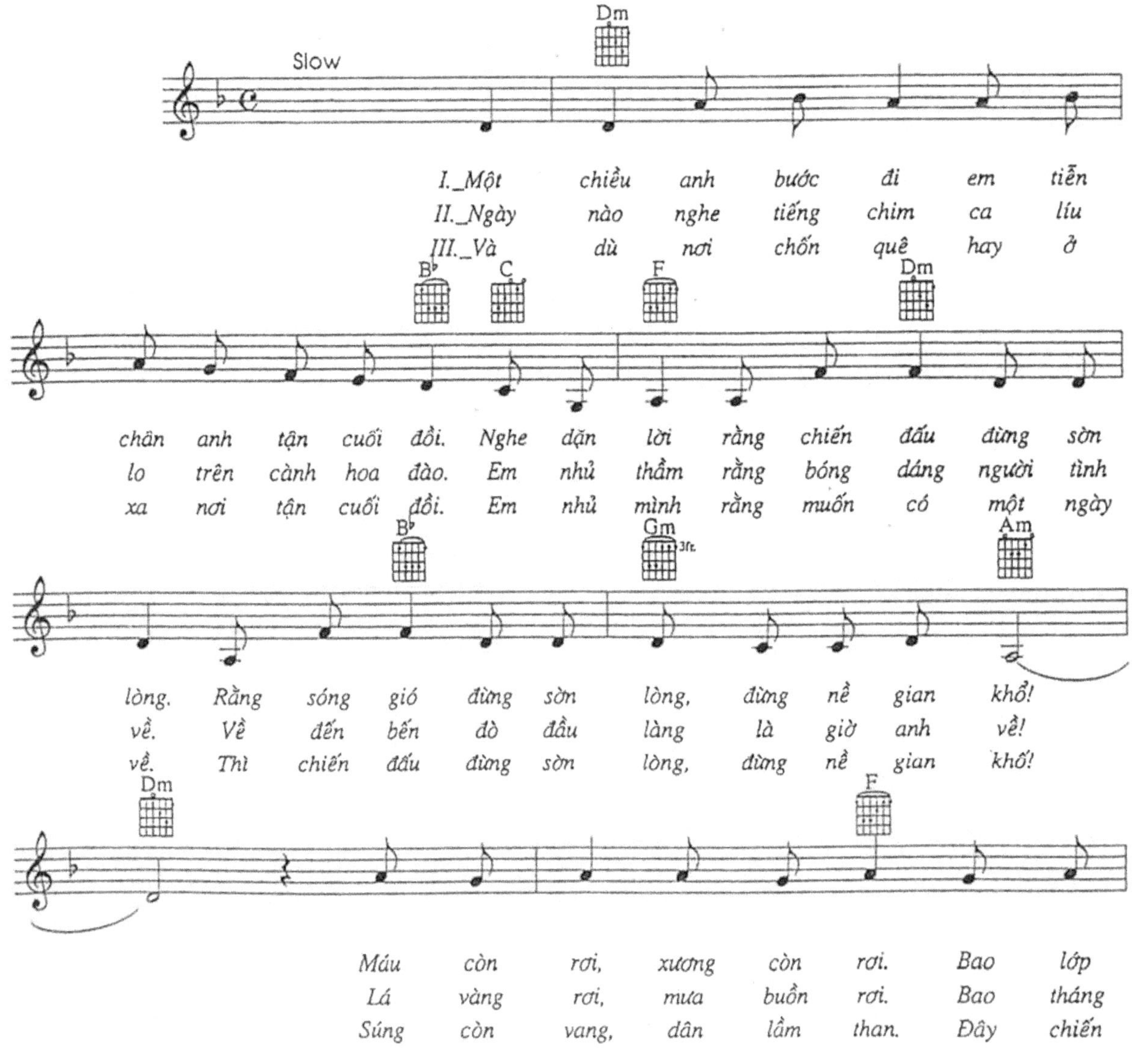

Gm
C
F
người tiền tuyến tuôn ra. Ngăn quân thù dày xéo dân ta! Cho một
ngày hình bóng xa xôi. Nay anh về mừng lắm anh ơi! Ta xây
trường thề quyết xông pha. Ánh dương bầu trời Việt thân yêu! Mong hòa
Dm F Dm F Am A7
ngày mới một nguồn vui tới xuân phơi phới! Như giòng
đời mới một nguồn vui tới ý phơi phới! Như giòng
bình tới để toàn dân mới sống ấm no! Trong ngày
Dm C F
sông qua đại dương qua bao ghềnh và đá cheo leo. Đấu tranh
sông qua đại dương qua bao ghềnh và đá cheo leo. Gió mưa
xanh em cùng anh lấy sức người gặt sức thiên nhiên. Sống chan
A7 Dm A7
này bền lòng em ơi! Mới tới ngày nắng ấm.
đừng sờn lòng em ơi! Mới đến ngày nắng ấm.
hòa đồng lúa nương khoai cho một mùa gió thắm.
Gm6 A7 Dm
Và xa xôi em nhớ lời: Rằng muốn có một ngày
Và xa xôi em nhớ lời: Rằng muốn có một ngày
Và dâng lên bao tâm hồn: Đầy sức sống hòa tình
Gm C Am Dm
FINE
về thì chiến đấu đừng sờn lòng đừng nề gian khổ!
về thì chiến đấu đừng sờn lòng đừng nề gian khổ!
đời tình phơi phới mừng ngày về tràn trề tin tưởng!

Lời thiên thu gọi

Trịnh Công Sơn

vườn , Chợt như xác thân không còn , Và cạnh tôi là đồng
ngờ Lòng tôi có khi mơ hồ Tưởng mình đang là cơn
vắng . Về trên phố cao nguyên ngồi , tiếng gà trưa gáy khan bên
gió . Về chân núi thăm nấm mồ , giữa đường trưa có tôi bơ
đồi , chợt như phố kia không người , Còn lại tôi bước hoài . Lòng
phờ , chợt tôi thấy thiên thu là một đường không bến....
thanh thoảng
ta có khi tựa như vắng ai . Nhiều
khi đã vui cười , Nhiều khi đứng riêng ngoài . Nhiều
đêm muốn đi về con phố xa . Nhiều
đêm muốn quay về ngồi yên dưới mái nhà . Giòng ... bờ .

LỜI TÌNH BUỒN

Vũ Thành An

Thơ : Chu Trầm Uyên Minh

Vũ Thành An 24

Nhạc sĩ Vũ Thành An

Lối cũ ta về

Slow surf — **Nhạc và lời : THANH TÙNG**

G F#m Bm
gió có trút lá úa xuống vườn chiều Bước chân ai đem lang thang về cô liêu Chốn
G D A
xa xôi kia bao nhiêu kỷ niệm cũ Em đã quên hay là vẫn mang theo. Dù
G
cho bên anh nay em không còn nữa Biết
F#m Bm G A
không trong con tim anh luôn hằng nhớ Người yêu nay em đã bỏ anh đi
Bm A
Sao em nỡ bỏ anh đi mãi Lối cũ ta về
Lối cũ ta về

Lời Về Đất Mẹ

Gửi về những ai đang sống
thương yêu bên giòng Thạch-Hãn
D. K. 65

Duy-Khánh

lòng kiếp con người phải thương nhau hoài chớ quên lời, Mong một ngày
mai chan-hòa đất mẹ niềm vui. Hò ơi, ơi à . . .
ơi, mẹ thương con ra cầu Ái-Tử, vợ trông chồng lên núi Vọng-Phu, Chiều
chiều, chiều chiều trông về biên-khu, lòng căm-hờn-oán quân thù . . ơi à, à
ơi... à ơi... Chiều nay LỐI VỀ ĐẤT MẸ là đây, Đường
xưa còn ấp-ủ bóng trăng gầy. Có nghe đêm trường tiếng ru hời? Có nghe đêm
trường tiếng ai cười? Suối lệ đoàn-viên giữa lòng đất mẹ triền-miên!

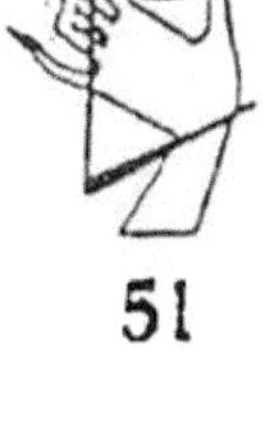

LUÔN LUÔN MÃI MÃI

Nhịp nhàng, Vui tươi

Nhạc và Lời : Đức Huy

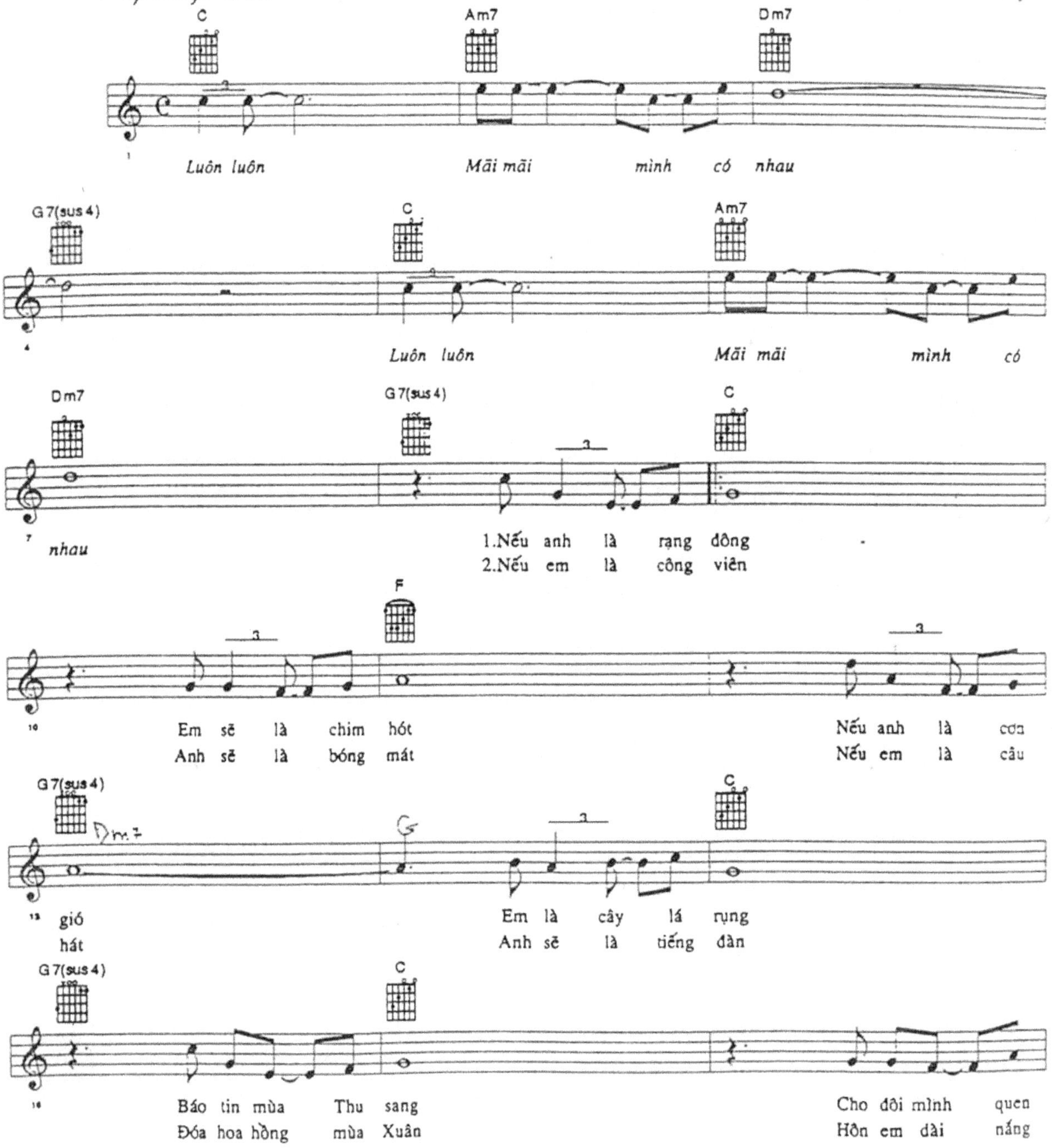

F
G7(sus 4)
biết
Bóng trăng tròn hay khuyết
mới
Ấm môi nồng ân ái
G
C
cho chúng mình nên duyên
cho chúng mình có đôi
Mình như hình với
E
Am
bóng
Mãi mãi luôn gần nhau
F
Mình như ngàn vì sao
Mình như dòng sóng
G
C
E
sâu
Dù mai này bão tố
Am
kéo gió mưa về đây
Dù cho đời đổi
F
G
A
thay
Tình mình không nhạt phai

A7(sus4)
D
Trên gối mộng ngất ngây
Mình như hình với
F♯
Bm
bóng
Mãi mãi luôn gần nhau
G
Mình như ngàn vì sao
Mình như dòng sông
A
D
F♯
sâu
Dù mai này bão tố
Bm
G
kéo gió mưa về đây
Dù cho đời đổi thay
A
D
Tình mình không nhạt phai
Luôn luôn
Bm7
Em7
A7(sus4)
Mãi mãi mình có nhau
Nhắc lại và nhỏ dần..

Ly Rượu Mừng

Phạm Đình Chương

F Dm B♭
đời. Rót thêm tràn đầy chén quan
F Dm F
san, chúc người binh sĩ lên đàn,
Dm F Am A7
chiến đấu không thành, sống cuộc đời lành, mừng người vì
Dm C F
nước quên thân mình. Kìa nơi xa xa có
Am F
bà mẹ già, từ lâu mong con, mắt vương lệ
B♭ Gm F
nhòa. Chúc bà một xóm quê hương, bước con
C F F
về hòa nỗi yêu thương. Á

A A A. Hát khúc hoan ca thắm tươi đời
lính. Á A A A. Chúc mẹ hiền
sớm u tình. Rượu hân hoan mừng đôi uyên
ương xây tổ ấm trên cành yêu đương.
Nào cạn ly, mừng người nghệ sĩ
tiếng thi ca nét chấm phá tô nên đời mới. Bạn
hỡi, vang lên, lời ước thiêng liêng. Chúc non sông

B♭ C
hòa bình hòa bình.. Ngày máu xương, thôi tuôn
F Gm
rơi, ngày ấy quê hương yên vui đợi anh về trong
F F Am B♭
chén tình đầy vơi. Nhấc cao ly
F B♭ F Gm Dm
này, hãy chúc ngày mai sáng trời tự do.
F Am B♭ F B♭ C
Nước non thanh bình, muôn người hạnh phúc chan
F C B♭ F
hòa. Ước mơ hạnh phúc nơi nơi.
B♭ C F
FINE
Hương thanh bình đang phơi phới.

Mai

Quốc Dũng

G7 C C7
Lòng buồn thêm xót xa niềm cay. Lời hẹn hò đầu tiên em
F Gm C7 F F
đã quên đi. Con đường rộng vắng như biệt ly. Mai! Anh đã
A7 Dm D7 Gm
xa em thật rồi, anh sẽ xa em trọn đời, dù lòng thương nhớ không nguôi.
C C7
Mai! Anh biết em trong một ngày, anh đã yêu trong một ngày, cho sầu
F A7 Dm
dau đến bao ngày. Đời mình còn dài trong năm tháng chua cay.
G7 C
Còn tìm đâu thấy những ngày vui. Chuyện tình mình tựa như cơn
F Gm C7 F
FINE
gió trôi đi, riêng lòng anh xót xa biệt ly.

MAI TÔI ĐI

Thơ và ý thơ từ thi phẩm "Paris" của Thi sĩ NGUYÊN SA

Soạn thành ca khúc: ANH BẰNG (88)

Tặng anh Lê Hân
AnhBang

Nhạc sĩ Anh Bằng
(1926-2015)

mái tóc dạ hương

MÁI TRƯỜNG XƯA

Nhạc & Lời: PHẠM MẠNH CƯƠNG

tôi. Ôi! trường xưa ơi, lòng tôi
vấn vương muôn đời. Bao ngày vui đâu mờ
xóa trong tâm hồn Tay rời tay nhưng lòng chưa
dứt hết u sầu. Đôi lòng bâng khuâng rời trường
bao yêu dấu. Chiều nay bỏ
vở bên mái trường. Về đây tìm
lại phút mến thương. Trường vắng bóng
dáng bao hàng xoan mơ màng, mộng hoa niên chôn
trong mái trường xưa.

MÃI MÃI BÊN EM

Nhạc & Lời: TỪ CÔNG PHỤNG
1998

D C♯m E E7 A
hồn em vào đó rong chơi Em có thấy tình anh ngát hương hoa Ngây ngất
E7 Bm F♯m/A C♯m F♯m Bm F♯m
mãi một đời vì em thôi. Đôi khi có những mùa giông bão qua đây em thấy đời là những hư
A E7 F♯m Bm E7 A
hao Này em, đừng dấu muộn phiền trong mắt sâu đừng dấu bàn tay trong tóc mây. Hãy
A F♯m E7 A9 A E E7
tựa đầu lên vai anh Em sẽ thấy mùa xuân về rất nhẹ Từ trái tim anh nồng nàn yêu em
A F♯m A E E7 F♯m A
Nếu có điều gì vĩnh cửu được thì em ơi Đó là tình yêu chúng ta Bờ vai
G♯m A D C♯m
ngoan hương tóc xõa buông mềm Tình rạt rào như giòng suối vây quanh Dù mai

E E7 A Bm F#m A E6
đây hương mùa cũ phôi pha Anh vẫn sẽ yêu em như những ngày trẻ dại
E7 A7 A F#m A E E7 A
Nếu có điều gì vĩnh cửu được thì em ơi đó là tình yêu chúng
F#m C#m 4fr. Bm A D D7
ta Dù mai đây trăng có úa bên thềm Và ngày buồn thu tản kéo qua
C#m 4fr. E E7 A E7 Bm F#m/A
đây Rồi mùa đông vội vã đến bên ta Anh giữ mãi lời nguyền cùng bên em

Nhạc sĩ Từ Công Phụng

MÃI MÃI MÙA THU

Thơ : Lê Hân
Nhạc : Vĩnh Điện

Accel
lẩn trong hương em thanh thoát, em tan dần trong nhịp đập tim ta. Cuộc tình đã
đến nhờ thu dào dạt, mới chớm một ngày mắt biết tìm nhau, trong hạt mưa
sa ấm nụ hôn đầu, ta đã cùng thu chung nhau làm một. Em còn nhớ
chăng vành khuyên đứng hót, giữa cành lá xanh chớm ngả vàng tơ, em đẹp như
1
2
mơ nên vần phai nhạt, ta viết một đời không trọn bài thơ. (Có phải...) thơ. Thu bát
Coda
ngát tình chúng ta bát ngát, em yêu ơi đời mãi mãi mùa thu. Thu bát
ngát tình chúng ta bát ngát, em yêu ơi đời mãi mãi mùa thu.

Màu cửa lãng quên

Nhạc và lời : VIỆT ANH

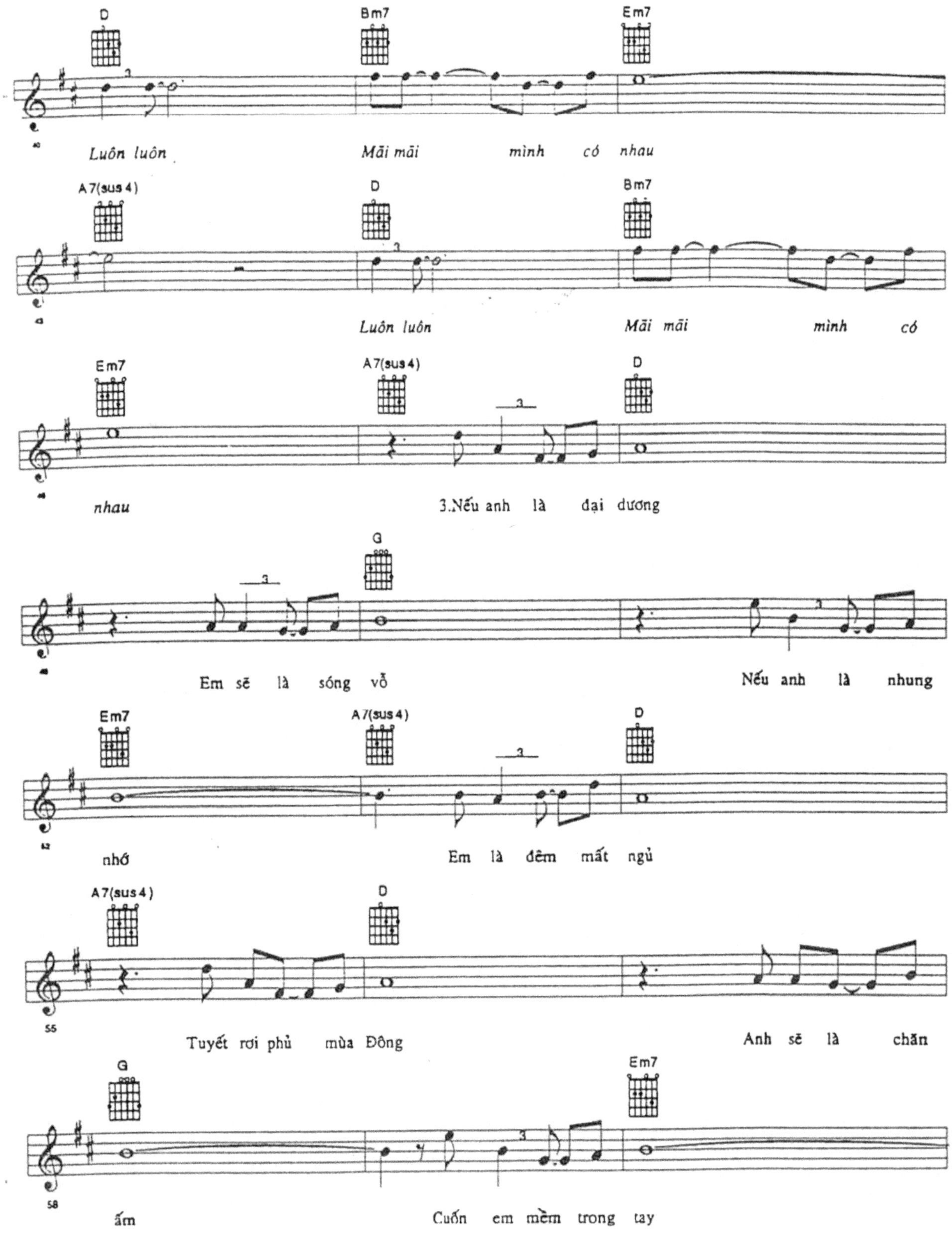
D
Bm7
Em7
Luôn luôn
Mãi mãi mình có nhau
A7(sus 4)
D
Bm7
Luôn luôn
Mãi mãi mình có
Em7
A7(sus 4)
D
nhau
3.Nếu anh là đại dương
G
Em sẽ là sóng vỗ
Nếu anh là nhung
Em7
A7(sus 4)
D
nhớ
Em là đêm mất ngủ
A7(sus 4)
D
55
Tuyết rơi phủ mùa Đông
Anh sẽ là chăn
G
Em7
58
ấm
Cuốn em mềm trong tay

Cm G7 Cm
chỉ một trời sao câm lặng giữa ta. Chờ hoài nhau người yêu dấu ơi
Chờ hoài nhau gầy thêm mắt nâu
B♭ E♭ A♭
Tôi nhớ người Trăng non qua mùa vui nét cười hoang vắng
Trăng úa màu Xuân đi hoang về trên bến bờ thương đau
E♭ Fm
Đừng đi lên nghe sóng xô trong linh hồn
Lời ca tan trong gió như bao cuộc tình
Cm A♭m6 1. Fm
Một ngày bão dâng mái tóc ngang vai dệt dài giấc mơ.
Nhuộm màu lãng quên quên...
B♭ 2. Fm G7 Cm
...lãng mắt yêu ngày xa ngày xa.

MÀU HOA TRẮNG

Y-VŨ

khuya. Phương trời Nam xum vầy. Con đường ấy lạc loài, sao hoài
thần gục đầu trong tăm tối ? Màu hoa trắng ngày nào trên
tóc mây buông dài không lẽ nay thay màu trắng khăn
sô ? Màu hoa trắng về làm chiến sĩ với vòng hoa trên
áo thay trên mồ. (Màu hoa...)

mầu kỷ niệm

Tặng NGUYÊN-SA
H. 8. 64

Phạm-Đình-Chương

Kiểm duyệt số 4525/XB ngày 8-11-65

« MÀU KỶ-NIỆM » CỦA PHẠM-ĐÌNH-CHƯƠNG
ẤN-PHẨM SỐ 57 CỦA TẬP « 1001 BÀI CA HÁT »
DO TÁC GIẢ XUẤT BẢN VÀ GIỮ BẢN QUYỀN

MÀU THỜI GIAN

Thơ: ĐOÀN PHÚ TỨ
Nhạc: PHẠM MẠNH CƯƠNG

MÁU NHUỘM BÃI THƯỢNG HẢI

Nhạc Trung Hoa

Màu Tím Hoa Sim

Thơ: Hữu Loan, Nhạc: Song Ngọc

Ad lib. (Ngâm tự do)
phương Tôi về không gặp nàng má tôi ngồi bên mộ con đầy bóng tối Chiếc bình hoa
Sans acc... A T°
ngày cưới thành bình hương tàn lạnh vây quanh. Tóc nàng xanh xanh ngắn chưa đầy
húi em ơi giây phút cuối không được nghe em nói không nhìn thấy nhau một lần Ngày
xưa nàng thích hoa sim tím Nàng vá cho chồng Tấm áo ngày xưa
Một chiều rừng mưa Ba người anh nàng Từ chiến trường Đông Bắc được tin em gái
Ad lib. (Ngâm tự do)
mất trước tin em lấy chồng Trời gió sớm Thu về rờn rợn nước sông. Đứa em nhỏ
Sans acc....
lớn lên ngỡ ngàng trông ảnh chị Khi gió sớm Thu về cỏ vàng chân mộ chí Những chiều hành
A T°
quân Qua những đồi sim những đồi hoa sim tím cả chiều hoang ôi biền
biệt Nhìn áo rách vai Tôi hát trong màu hoa "Áo
anh sứt chỉ đường tà, vợ anh chết sớm mẹ già chưa khâu."

Mầu Thời Gian

Thơ Đoàn Phú Tứ - Phạm Duy phổ nhạc

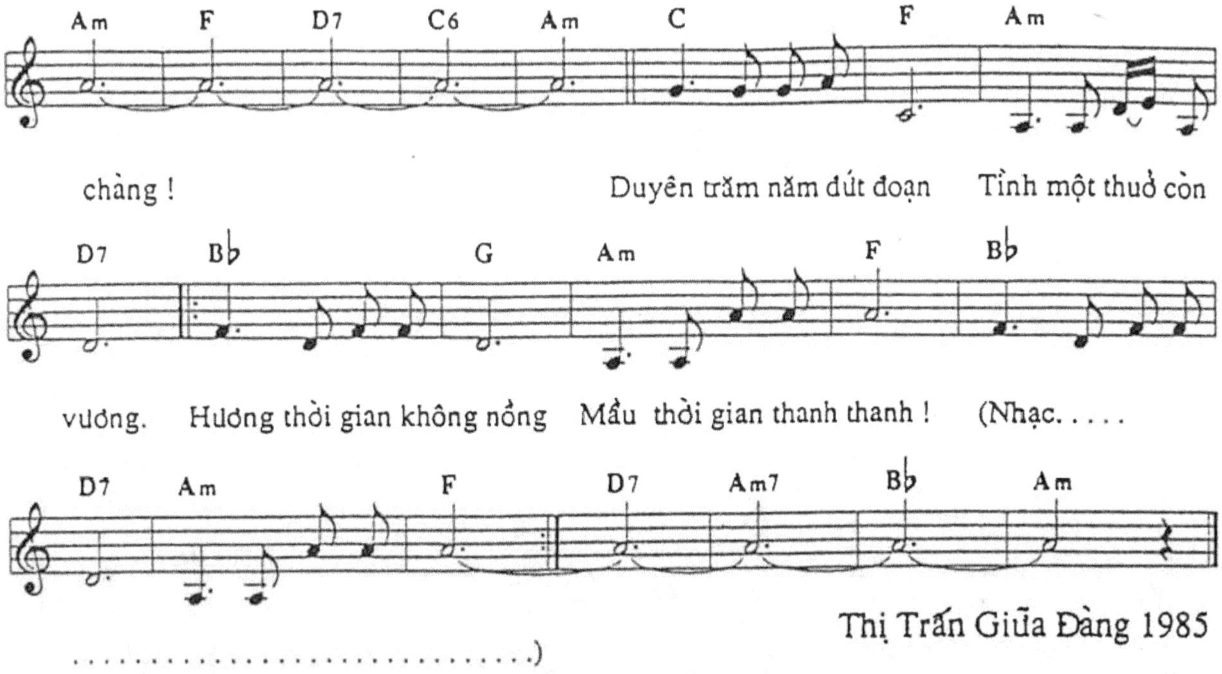

Thị Trấn Giữa Đàng 1985

MẮT BIẾC

NHẠC VÀ LỜI: NGÔ THỤY MIÊN

E7 Am G
hiu Nhớ dáng xưa yêu kiều trong chiều nhạt
G7 C Dm
nắng cung đàn gợi ý. Chờ nhau trong tê
E7 A A
tái. Mắt biếc năm xưa nay đâu bến ga tịch liêu vắng xa người
...tơ lướt theo chiều mơ kết muôn bài
D Bm A
yêu Lá úa đơn côi bơ vơ cuốn theo chiều
thơ. Nuối tiếc yêu đương xa xưa tháng năm nào...
1. D A E7
rơi người xa cách rồi. Dĩ vãng như bao cung...
D A Dm F A
2.
...trôi để nhớ nhung buồn. Tình yêu như kiếp mây trôi.

Mắt biếc

Từ và Nhạc: Cung Tiến

Tặng Josée

giây huy hoàng, phút giây khổ đau! Chợt nghe chim thảng thốt ngoài
hiên, tưởng chừng nhói vào tim. (Nhạc dạo . . . .
. . . .) Sớm mai vừa thức ôi nhiều nhớ thương Nắng ôm choàn
gối đôi bờ vai êm Tiếng ai còn ấm âm, tóc ai còn
thơm thơm, mắt ai còn xanh thẳm trong tâm hồn Biết đâu nào
tháng ngày về sau? Biết đâu nào chúng mình còn nhau?
Nhớ trong tình yêu, yêu trong tình nhớ, tha thiết hơn tình mấy ban
chiều. Nắng ơi đừng vắng! Gió ơi đừng lặng!
poco rit.... STRINGENDO
Ai ân đừng . . . (Nhạc dạo . . . .
poco a poco rall....
. . . .) Ai ân đừng xa vắng trần gian!
A T°
CODA

Mắt Em Vương Giọt Sầu

Đăng Khánh

Ta ngồi lại bên cầu thương dĩ vãng
Nghe giữa hồn cây cỏ mọc hoang vu
Hoài Khanh

Fm
E♭7
G7
tóc Buồn trên môi nước mắt chẳng thay
C7
Fm
F7
mầu Ta về lại thăm vườn xuân hoa
A♭Maj7
4fr.
Edim
C7
cũ Bên giáo đường nghe kể chuyện tương
Fm
F7
B♭
Gm7
tư Tình vẫn hoang mang tiếng buồn vọng
Dm7
G7
C7
F
mãi Giòng nước trôi mau em sẽ về
Gm7
G7
C7
Am7
đâu Mầu thời gian hoang vắng Đã

Dm7
G7
Em7(♭5)
chết một đời sau
Tôi bên bờ dĩ
Gm7
C7
F
C7
vãng mắt em vương giọt sầu
Đành
Fm
B♭7
C7
thôi cành phong xưa nay đã chết
Rồi mai
E♭7
C7
Fm
kia bóng sẽ bỏ xa người
Ta ngồi
Fm7
A♭
A♭Maj7
4fr.
lại nghiêng đời bên tuyết trắng
Nghe gió
E♭m7(♭5)
C7
F
D.C. al Fine
về vin cửa gọi đơn côi.

Nhạc sĩ Đăng Khánh

MẮT LỆ CHO NGƯỜI

Nhạc & Lời: TỪ CÔNG PHỤNG
1972

B♭ E♭ G
thẩm buổi chiều thổn thức Sẽ nhạt nhòa từ ngàn năm
Cmaj7 C Fm6 G7
nữa như em khóc hồn nhiên Nỗi muộn
C Fmaj7 G7
phiền ngày tàn hơi thở em thấy không cõi đời vô
C Cm G7
vọng Xin em hãy cho tôi tạ tình
Fm Cm A♭
khi em đã đi qua khoảng đời tôi Dù một khoảnh khắc sớm phai tàn và lệ em
G Cm Fm B♭7 E♭
ngấn trên mi nhạt Đôi mắt em rất buồn Đôi chúng ta rất buồn
A♭ G7 Cm
Vàng câu tình cũ gửi với theo đời

MẮT LỆ CHO NGƯỜI TÌNH

Nhạc & Lời: PHẠM MẠNH CƯƠNG

tình trọn đời khó phai Rồi đây anh như ngàn gió, phiêu du từ
đó, biết đâu hẹn hò. Rồi đây em phưởng trời cũ, quê hưởng tình
ái, còn vưởng mắt lệ. Tình yêu mong manh là thế, xa xôi là
thế, xót xa tình buồn Tình yêu thưởng đau từ đấy, dư âm còn
đấy! Lệ trong mắt ai

Mắt Thu

Ngô Thụy Miên

C#m D
14
bay là lần em đến thăm tôi chung bước yêu đương hẹn
A Bm E7 A D
16
hò. Em có nhớ không một lần khi gió heo - may mình ngồi tan giấc mơ
F#m E7 D A
19
say giận hờn sao vẫn chưa phai. Và rồi mùa thu về trong mắt
A F#m Bm A
22
em hàng cây lá úa xanh - xao nhiều vòng tay khép kín đôi mi nồng.
E7 Bm
25
Chuyện mình ngày xưa đành xin lãng quên cuộc tình đã chết theo thu
E7 A
27
tàn người về đấy xin tròn giấc mơ.

MẦU MẮT NHUNG

Nhạc và Lời: Đức Huy

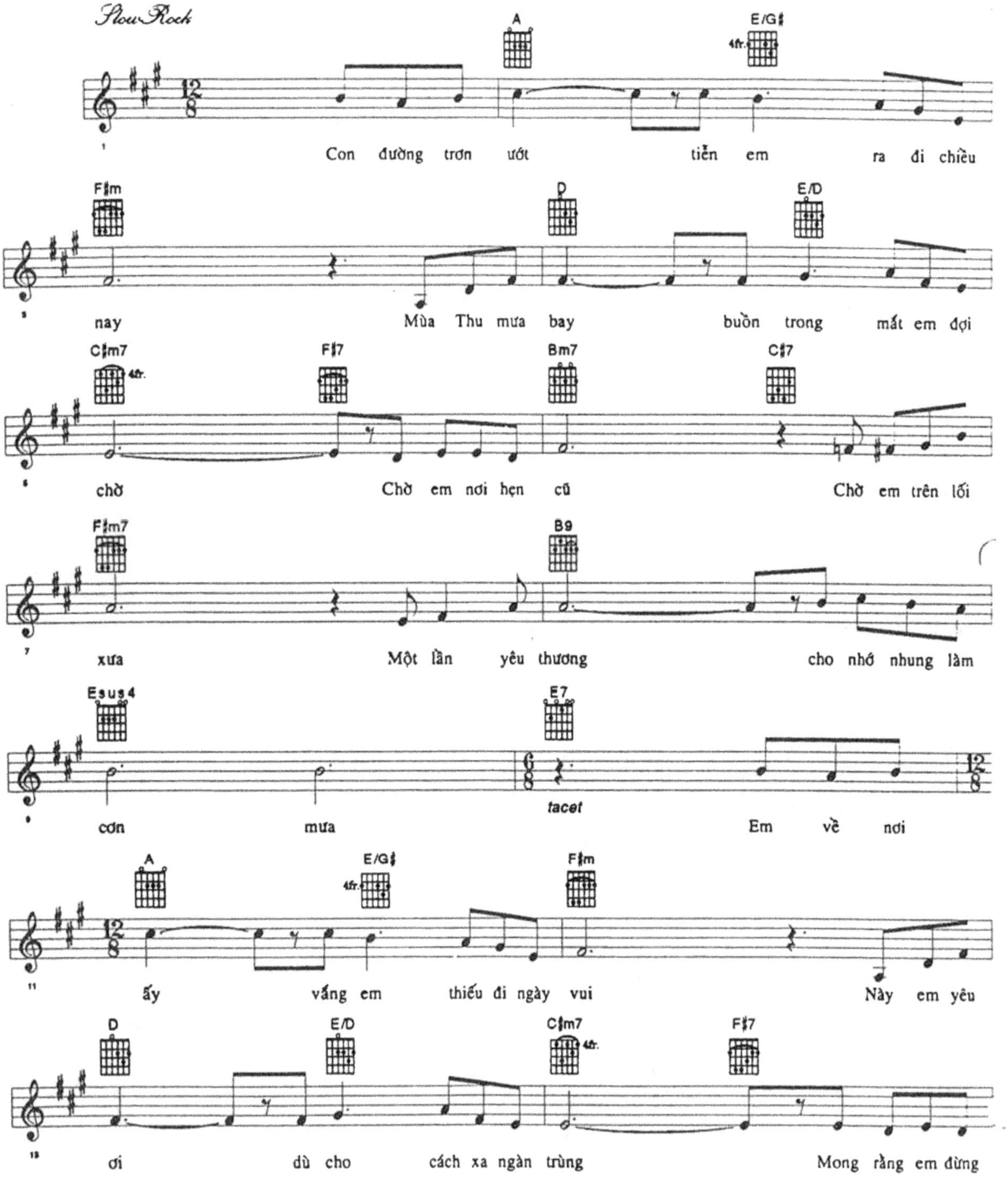

Bm7 C♯7 F♯m7
quên Nơi đây có một người Còn yêu
Bm7 D/E A
em mầu mắt nhung tuyệt vời Mầu mắt
E D
nhung Anh đã yêu Và anh sẽ mãi yêu trọn đời Mầu mắt
E D
nhung Ôi mầu mắt nhung anh trót
E E7
yêu tacet Em về chốn
A E/G♯ F♯m
ấy có hay nơi đây một người Vòng tay đơn
D E/D C♯m7 F♯7
côi về ôm gối chăn chờ đợi Chờ em nơi hẹn
Bm7 C♯7 F♯m7
cũ Chờ em trên lối xưa Người tôi

Bm7 D/E A
yêu Mầu mắt nhung tuyệt vời
(Instrument Solo)
E D E
D E
Em về chốn
A E/G♯ F♯m
ấy có hay nơi đây một người Vòng tay đơn
D E/D C♯m7 F♯7
côi về ôm gối chăn chờ đợi Chờ em nơi hẹn
Bm7 C♯7 F♯m7
cũ Chờ em trên lối xưa Người tôi
Bm7 D/E A
yêu Mầu mắt nhung tuyệt vời Người tôi
Bm7 D/E A
Nhắc lại và Nhỏ dần
yêu Mầu mắt nhung tuyệt vời Người tôi

Nhạc sĩ Đức Huy

Mây Bốn Phương Trời

1995

Nhạc & Lời Ngô Thụy Miên

Slow

B7 Em Am
nhau chỉ còn tiếc đau giận hờn rất lâu Anh vẫn nhớ mùa xuân em đã
G Am Em
hứa Mặc cho anh màu áo lụa ngày xưa Tuổi thanh
Am B7 C
xuân bên trời em có nhớ Vòng tay nào ôm trọn kín tâm
B7 Em
tư. Anh vẫn yêu em vẫn buồn trông theo gió Năm tháng nơi
B7 Em E7 Am
đây trôi qua rất ơ thờ Những bước chân ngậm ngùi thiết tha Những ước
Em B7 Em
mơ hẹn hò đã qua Có tiếc thương kỷ niệm chúng ta chỉ là xót xa

MÂY LANG THANG

Nhạc : Ngoại Quốc
Lời Việt : Nam Lộc

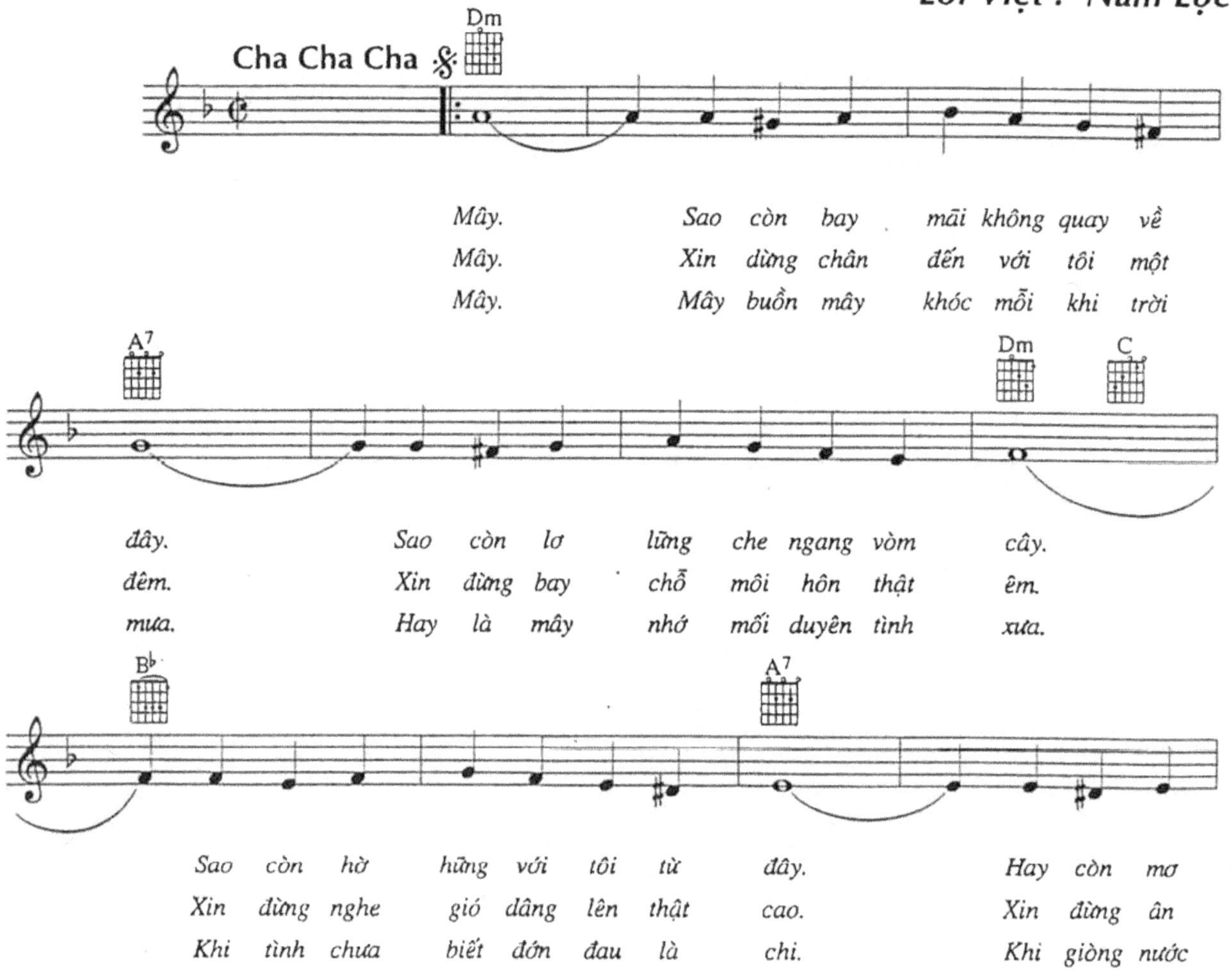

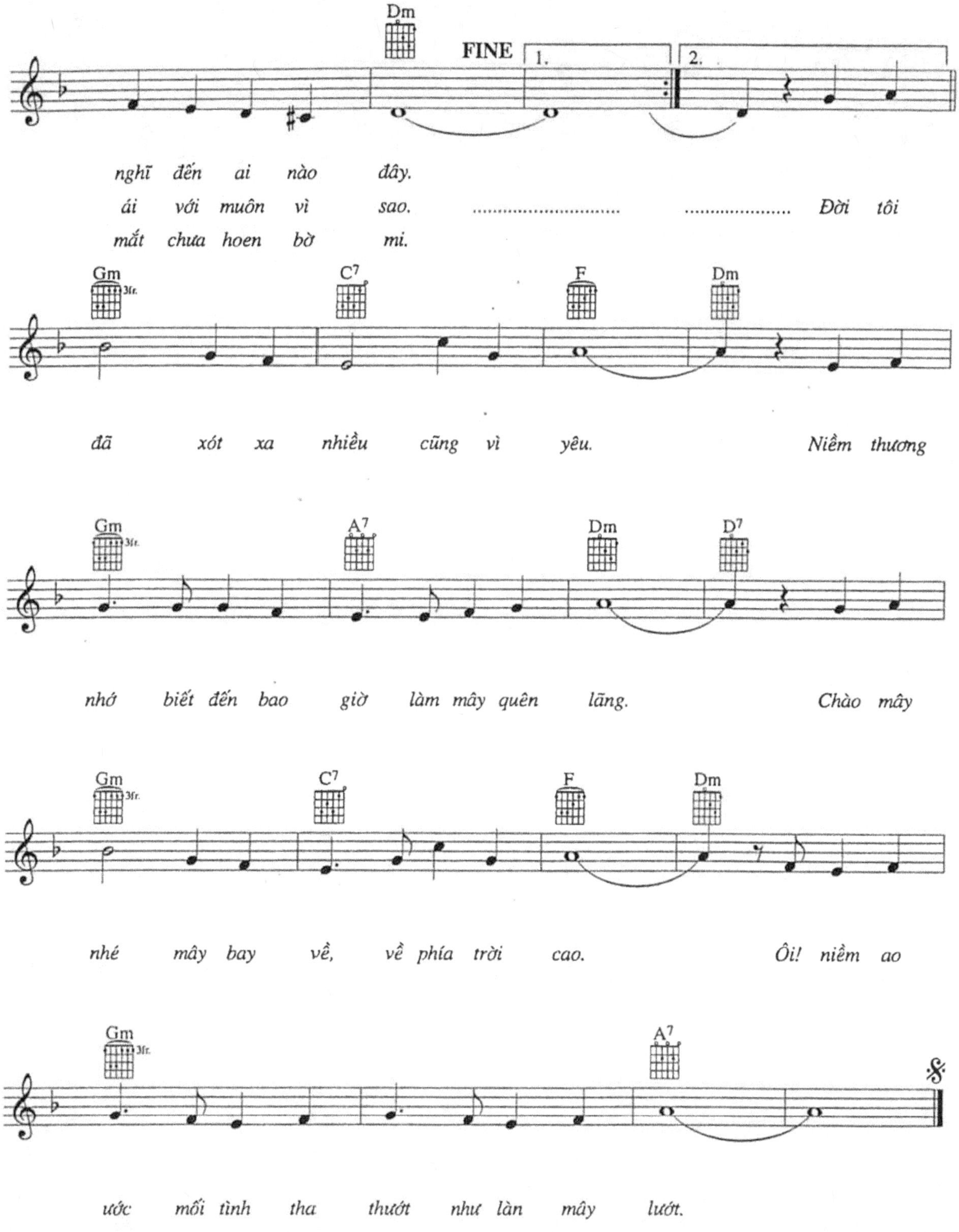
Dm
FINE
1.
2.
nghĩ đến ai nào đây.
ái với muôn vì sao. .... Đời tôi
mắt chưa hoen bờ mi.
Gm 3fr.
C7
F
Dm
đã xót xa nhiều cũng vì yêu. Niềm thương
Gm 3fr.
A7
Dm
D7
nhớ biết đến bao giờ làm mây quên lãng. Chào mây
Gm 3fr.
C7
F
Dm
nhé mây bay về, về phía trời cao. Ôi! niềm ao
Gm 3fr.
A7
ước mối tình tha thướt như làn mây lướt.

MẤY DẶM SƠN KHÊ

Nguyễn Văn Đông

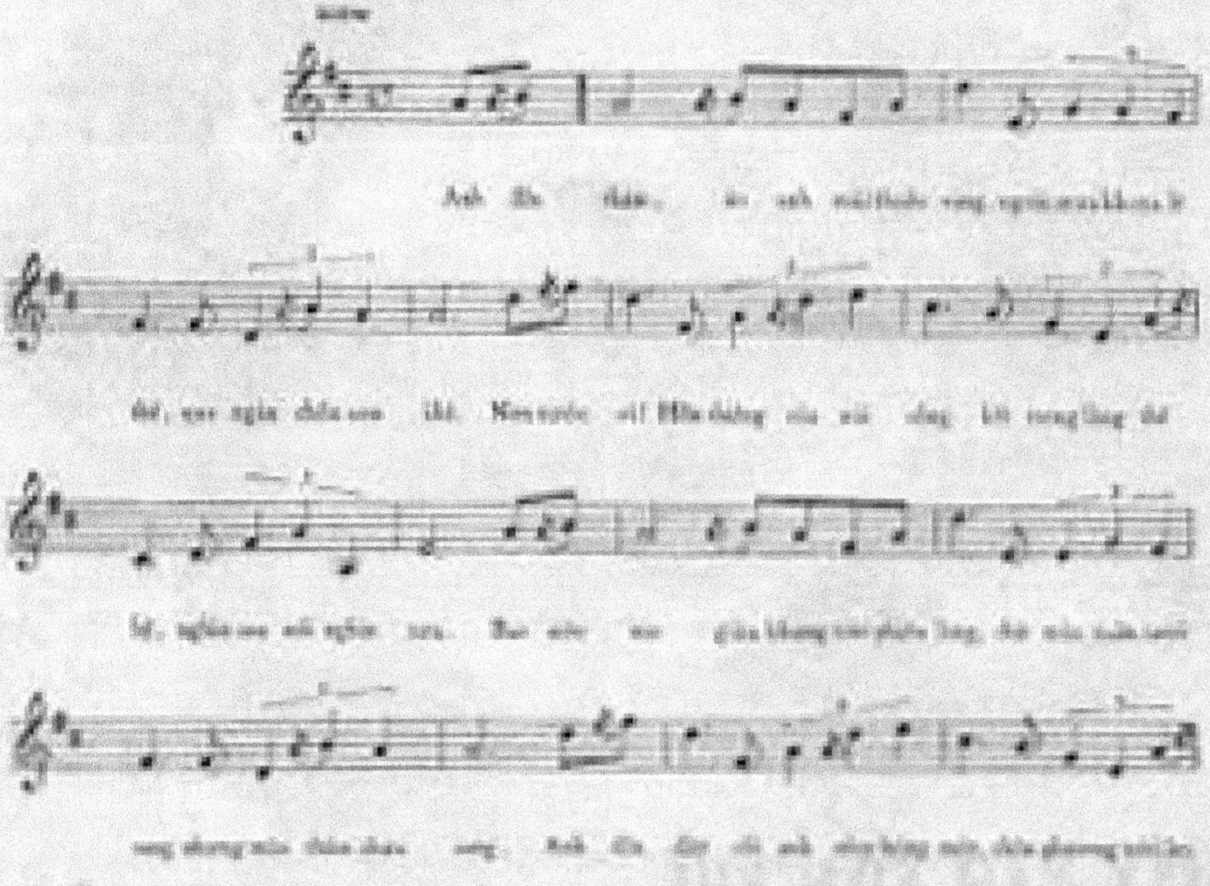

TỪ NGÀY THÔI HỌC	NGUYỄN-HÀ THÁI-LY
MỘT CHIỀU DỪNG QUÂN	THANH-PHƯƠNG
QUÂN VẮNG BIÊN THÙY	THANH-PHƯƠNG
ĐÊM ĐỘC HÀNH	HỒNG-VÂN

CÔ TÚY - PHƯỢNG

MẤY ĐỘ THU VỀ

NHẠC VÀ LỜI
MINH - KỲ & HOÀI - LINH

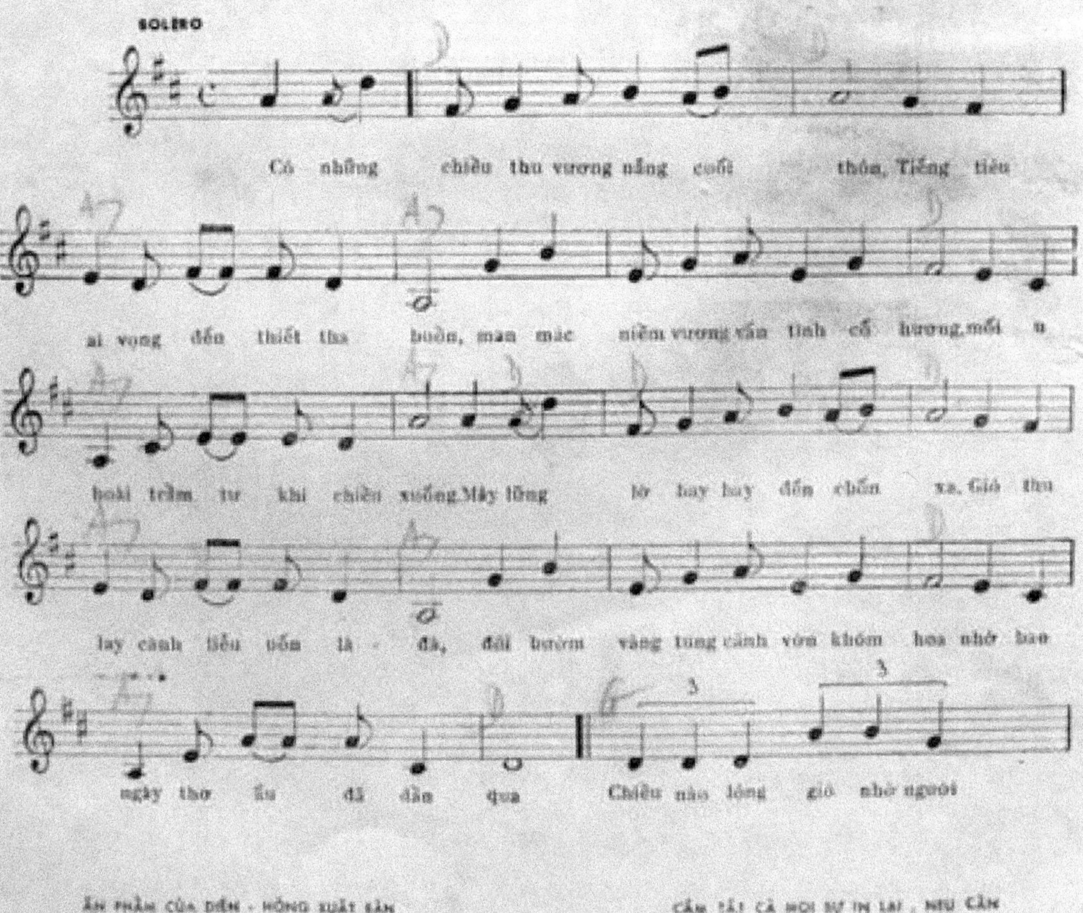

ẤN PHẨM CỦA DIÊN - HỒNG XUẤT BẢN
86 ĐẠI - LỘ LÊ - LỢI SAIGON

trai đi chiến chinh, người về vợi tâm tư sầu mênh mang nhớ anh
mơ ước khi nao mùa thái bình, tình đôi nồng thắm ngát hương trinh
Giòng đời lặng lẽ cuốn thời gian theo gió trăng, lời thề hôm nao không lạt
phai theo tháng năm. một mình trăng thu một mối tình, trọn đời êm
ấm cùng mái tranh Chiến tuyến người trai ôm súng ước mơ, rã chinh
y trọn ước với câu thề, theo lối về thôn cũ đường thắm hoa, gió trăng
lành tình không phai niềm nhớ. Quê cũ mùa trăng thu ngát ý thơ, bến sông
xưa rộn rã tiếng khoan hò cô lái đò đôi má hồng ước mơ, đón anh
về ghi chép nốt vần thơ
NHẠC PHẨM MẤY ĐỘ THU VỀ CỦA MINH KỲ VÀ HOÀI LINH DO DIỄN HỒNG XUẤT BẢN VÀ GIỮ BẢN
QUYỀN NIÊN KHÓA NGOÀI NHỮNG BẢN THƯỜNG CÒN IN THÊM BẢN ĐỂ TẶNG

MÂY MÙA

MAI - TRƯỜNG

trôi, mong ngày non nước thanh bình đẹp tươi, cho người vui sống bên
nhau. Nắng lên đời lại thắm tươi. Nhớ thương những kỷ niệm xưa
Giờ đây xa vắng, sắt se ngập tràn tâm tư, vắng anh đời như không tên, đã
qua MẤY MÙA THƯƠNG NHỚ, nước mắt tuôn rơi mong đợi NGƯỜI ĐI.
Em có hay chăng chiều nay anh về Nghẹn ngào nhìn nhau không nói một
câu. Thương người em gái quê nghèo chờ trông, anh về cho hết thương
FINE
đau, với em dệt lại giấc mơ.

Mẹ Tôi

Nhị Hà

Moderato
Dm
Mẹ tôi tóc xanh nhuộm bạc tháng ngày. Mẹ
B♭ D7 Gm F
tôi đau buồn nặng chĩu đôi vai. Bao năm nuôi đàn trẻ thơ nhỏ
Am A A7
dại cầu mong con mình có một ngày mai. Mẹ
Dm B♭ D7
tôi nắng mưa chẳng ngại nhọc nhằn. Mẹ tôi mĩm cười nhìn bóng con
Gm F Am
ngoan. Không than không phiền dù lâm hoạn nạn. Lòng mong con
A Dm D
mình xứng thành người dân. Chiều chiều bên mái lều tranh. Mẹ

A G A
tôi đứng đợi đàn con. Trước gió tóc trắng lòa
Em A7 D
xòa. Đôi mắt dịu hiền người kể tình thương. Lòng người mong ước ngày
A G
sau. Đàn con xứng thành người dân. Nhưng
A Em A
nay con đã nên người. Thì nay còn đâu bà mẹ hiền
D Dm
xưa. Chiều nay đốt hương tưởng niệm trước mồ. Nhìn
B♭ D7 Gm F
khói đau lòng tưởng nhớ năm xưa. Công ơn sinh thành ngày nào đền
Am A A7 Dm
FINE
trả. Mẹ ơi! Con nguyện nhớ lời mẹ khuyên.

MẸ TRÙNG DƯƠNG

(*tình ca*)

nhạc và lời : *Phạm-Duy*

In tại Ấn-Quán VIỆT-HƯNG 301 Nguyễn-Trãi Cholon

Giấy phép số 4306/BTT/PHNT ngày 10-9-71

Mê khúc

Nhạc : BẢO PHÚC
Lời : ANH THOA

Am Em Am
ai trông mong từng giờ Cũng thôi đành gặp gỡ trong
tư theo ai miệt mài Để đêm về mộng sẽ nguôi
Em B7 Em Fine Em
mơ Bởi cơn mơ nào đâu hững hờ. Ai nỡ mang
ngoai Phủ rong rêu sầu quên kiếp dài.
D C Em D
đi tình yêu đắm say Cho trái tim
C B B7 Am
ngoan buồn đau quất quay. Nỗi nhớ rưng rưng giữa bờ
Em C Em B7
vai Êm như thơ êm đến mệt nhoài. Buông đôi tay ngỡ như lạc
D B7 Em
loài Ai xa ai lối xưa tình phai. Nghe cung

MIÊN KHÚC

NHẠC VÀ LỜI: NGÔ THỤY MIÊN

Dm Em Dm G7
Em xin còn nhớ một thời Lệ thấm cơn mê đời lệ ướt đôi bờ
C G C Em
môi. Từng bước gợi nhớ nhung đầy vơi Chiều
F C A7 Dm F
nay hồn hoang vu rã rời. Thoảng nghe tiếng hát về trong đôi mắt
G C E7
buồn Lòng bâng khuâng thương nhớ người yêu dấu cung đàn say
To Coda
Am Em Dm
đắm ân tình mong manh Nghìn trăng sao đắm đuối lời ru
Coda
G G7 C Dm
êm Vấn vương tình mãi chưa quên. Dù thời gian có xóa nhòa giấc
Dm G7 C
mơ ngày tháng trôi qua hững hờ.

MONG CHỜ

Xuân Tiên

nhàng lời ca tiếng nhạc còn vang Ơ Ớ mong
chờ con thuyền trôi, thuyền trôi về bến, bến ni
Ơ Ơ con thuyền ới thuyền dừng thuyền dừng theo gió gió
đi Thuyền ai trôi êm trên sông vắng, dường
như vô tư không lo lắng hồn còn ngập ngừng trong ánh vàng
tan Nhìn theo xa xa ai buông lái, mà đi, đi sao không dừng lại, để
FINE
người chờ như hoa héo màu phai

Mơ Hoa

Hoàng Giác

F
Gm
C7
hoa. Bước đi bâng khuâng, muôn ngàn sầu nhớ bóng mờ mờ
vương. Gió thông xa đưa, reo buồn sầu nhớ tới người chiều
F
B♭
xa. Tan giấc mơ hoa! Bóng người khuất
xưa. Cô hái hoa ơi! Mắt mờ đoái
F
C7
xa. Đôi đường từ đây. Ai bước đi không hẹn
trông. Sao đành thờ ơ. Trong giấc mơ ta mong
F
F7
B♭
ngày. Người tuy xa vắng. Nhưng lòng ta khắc
chờ. Dù hoa quên bướm. Âm thầm riêng có
F
C7
ghi. Bên đèn một bóng, tháng ngày chờ
ta. Hoa còn tàn úa, tơ lòng còn
F
1.
F
2.
FINE
mong. Lưu luyến chi.....
......vương.

Mơ Khúc Tương Phùng

Lam Minh

Am A7 Dm A7 Dm
quí nhớ lại tình cũ để cùng ta vang khúc Tương Phùng Ca.
D
Một hôm lại gặp nhau, đời tươi vui cùng tia
A7
3
nắng trên cành hoa đào. Ta được gần bên nhau.
D A7 D
Mặc không gian mặc cuộc sống ra thế nào. Lòng
D7 G
ta được hân hoan, cùng nhau ta có thể mơ những ngày sáng.
D
3
Say đắm trong câu ca mơ màng. Ta hát theo
A7 D D
1. 2.
FINE
3
cung đàn của giấc mộng vàng
....vàng.

MƠ VỀ SÔNG HƯƠNG

Nhạc và Lời : NGỌC-BÍCH

Sông Hương dòng nước lững lờ
Người ơi có nhớ có chờ ai chăng
Bởi đây vẫn nhớ đêm trăng
Với lời tin-tưởng có thương chúng ta.

T. H - G

Lento expressivo

Bản MƠ VỀ SÔNG HƯƠNG do nhà xuất-bản AN-PHÚ ấn-hành lần thứ ba, ngoài những bản thường còn in thêm 30 bản đặc-biệt loại giấy tốt không bán.

A. P. 8

MƠ XUÂN THANH BÌNH

Lời và Nhạc : NGỌC-BÍCH

BẢN "MƠ XUÂN THANH BÌNH" DO TINH-HOA ẤN-HÀNH LẦN THỨ NHẤT. NGOÀI NHỮNG BẢN THƯỜNG CÓ IN THÊM 30 BẢN ĐẶC-BIỆT TRÊN GIẤY QUÝ ĐÁNH DẤU TỪ **M.X.T.B. I** ĐẾN **M.X.T.B. XX** — T. H. I ĐẾN T. H. X ĐỀU CÓ CHỮ KÝ CỦA TÁC-GIẢ VÀ ĐÓNG TRIỆN SON T.H. KHÔNG BÁN

T. H. 247

mộ khúc

Thơ: XUÂN DIỆU
PHẠM DUY soạn thành ca khúc

lấy, để mắt em cười tựa lá bay.
quá, thẩm lá me vàng lại bước qua.
hát để thấy tiếng cười rộn rã bay. Và như
tới để lúa reo mừng tựa vẫy tay.
sống, vì đất nước cần một trái tim.
Sôi nổi
thế tôi sống vui từng ngày, Và như thế tôi đến trong cuộc
đời Đã yêu cuộc đời này bằng trái tim của tôi. (Kèn ...
... ...
... ...)

Mời Anh Về Thăm Quê Em

Thùy Linh

Em
Em
hòa. Ơi! hò ơi hò
mùa. Ơi! hò ơi hò
Am D7 G Am
ơi... ơi hò ơi... Em mời
ơi... ơi hò ơi... Vui là
D C Bm Em
anh ghé thăm chốn nầy một lần.
vui bước em trỉu nặng đường về.
Am D7
Mời, mời anh về quê em, có tiếng ca đậm
Nhịp nhàng khoan hò khoan khoan, ghánh lúa nhanh về
G Am G Bm
1.
tình, tiếng ca trìu mến đậm tình quê
làng, những đêm trời sáng nhịp chày khua....
Em Em
2.
FINE
hương.
....vang.

Mộng Ban Đầu

Hoàng Trọng

D D7 G
Nhớ về thăm em nhé! Đừng than nỗi đường xa.
Nhớ về thăm em nhé! Đừng khinh mái lều tranh.
Em Bm
Đây tiếng hát câu hò đang canh cánh mong chờ. Anh nhớ về anh
Rau muối ấm tâm tình, cơm ngô sắn no lòng. Anh nhớ về anh
A7 Dm
nhé! Hôm qua buồn nhìn đâu. Thoáng mẹ già nom
nhé! Trông em mừng vườn cau. Trái mập tròn xuân
A7 Gm
thấy. Hỏi con chờ ai đấy? Em víu lấy cành
mới. Bỗng mẹ cười mẹ nói: "Con bé lớn thật
A7 Dm CODA
dâu che dấu mộng ban đầu. Ai cưới được nàng
mau, mai mốt mẹ ăn trầu."
A7 Dm FINE
dâu! Ai cưới được nàng dâu!

MỘNG CHIỀU XUÂN

Ngọc Bích

C Dm G
đàn. Mơ đời ái ân những ngày phong trần.
C F
Sống trong mộng đẹp ngày xuân. Ngây thơ dáng huyền đến trong
C Am Dm
mơ lòng anh bớt sầu. Mộng vàng phút tan theo gió
F G
chiều biết em về đâu? Hãy trả lời lòng anh mấy
F C Dm
câu. Tình duyên với em trong kiếp nào? Xuân còn thắm tươi
G C
FINE
anh còn mong chờ. Ái ân kẻo tàn ngày mơ.

Mộng Du

Nhạc và lời : Phạm Duy

Nhip Nhàng Êm Ái

Eb Gm
lờ (ớ ơ ờ ờ ớ) Ta bay bằng một giọng ca Tuôn ra thế giới mịt
Cm Fm Bb
mù Ta......... về bao la Trôi suôi theo dòng tinh tú (ú u ù u
F7 Bb Eb Abm Eb
ú) Êm êm người dệt bài thơ Nâng ta trong lưới mơ hồ Ta
Ab Abm Eb/Bb Bb Eb
về lòng người bỡ ngỡ Khóc cười như bé bơ vơ... Ta theo đường mộng còn
Eb B Abm Eb
lưa Hương đưa về nẻo nghìn thu Người về tay ngà thương nhớ Kêu
Eb Abm Eb
ta bằng một lời ru...
Saigon 1959

Mộng Dưới Hoa

Thơ: Đinh Hùng
Nhạc: Phạm Đình

D D7 G G#dim D
mi. Áo bay mở khép nghìn tâm sự. Hò hẹn lâu
bao. Dưới hoa tưởng thấy ngàn sao rụng. Hòa lệ ân
A7 Gm6 D F#m
rồi Em nói đi. Nếu bước chân ngà có mỏi (y... ớ...) Xin
tình nguôi khát khao. Bước khẽ cho lòng nói nhỏ (y... ớ...) Bao
G F#m E
Em dựa sát lòng anh. Ta đi vào tận rừng xanh. Vớt
nhiêu mộng ước phù du. Ta xây thành mộng nghìn thu. Núi
A Gm6 A+ D F#7 Bm
cánh rong vàng bên suối. Ôi! Hoa kề vai, hương ngát mái đầu. Đêm
biết sông dài ghi nhớ. Ôi! Chưa gặp nhau như đã ước thề. Mây
Em A7 D D7 G G#dim
nào nghe bước mộng trôi mau. Gió ơi! Gửi gió lời tâm
hồng giăng tám ngả sơn khê. Bóng hoa ngả xuống bàn tay
D A Gm6 D
FINE
niệm. Và nguyện muôn chiều ta có nhau.
mộng. Và mộng Em cười như giấc mơ.

MỘNG LÀNH

Lời : HỒ-ĐÌNH-PHƯƠNG

Nhạc : HOÀNG-TRỌNG

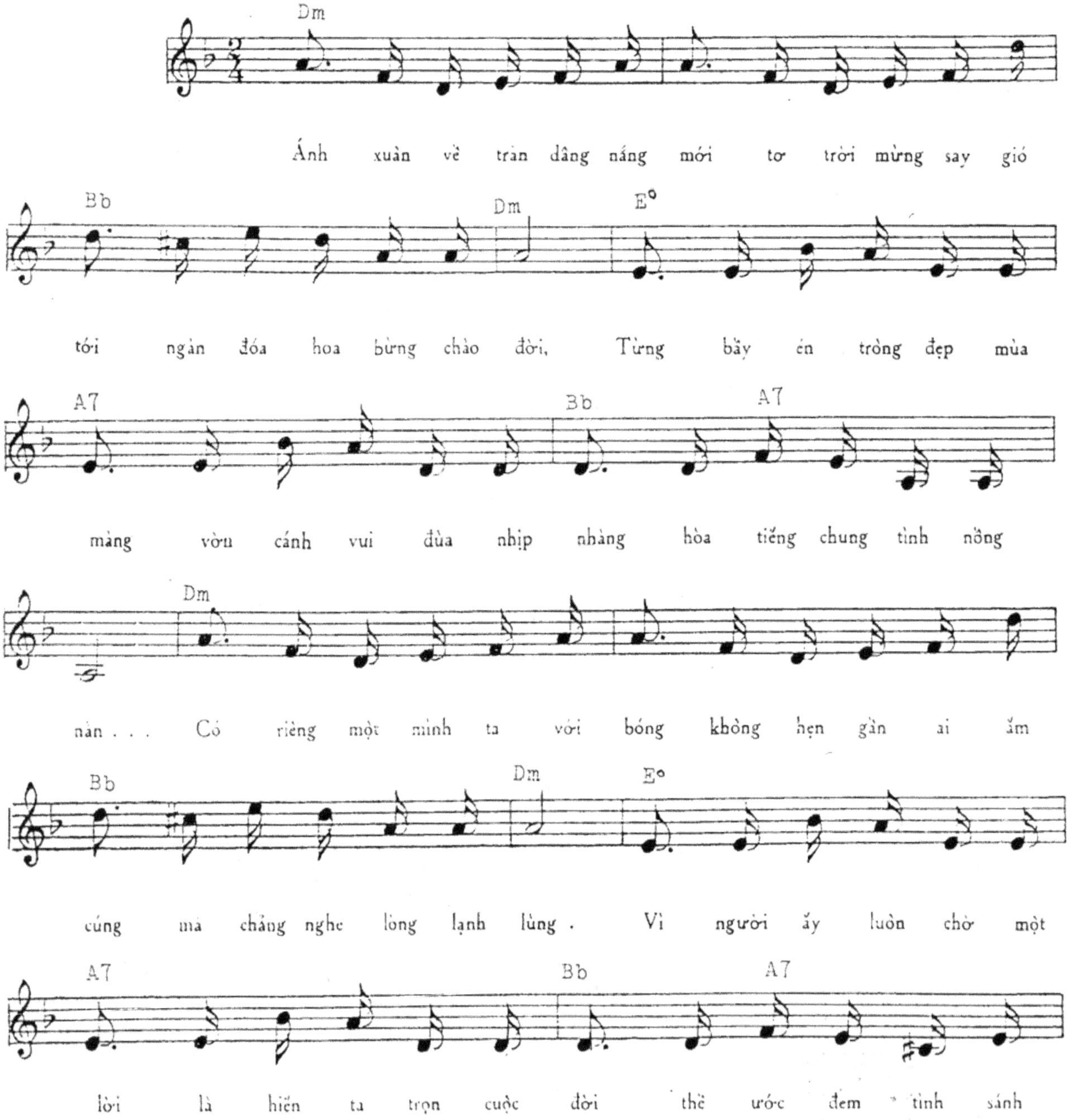

Tình khúc "MỘNG LÀNH" của HOÀNG-TRỌNG viết năm 1956 tại SAI-GON với lời ca của HỒ ĐÌNH PHƯƠNG. Bài này đã do nhà xuất bản TINH HOA MIỀN NAM ấn hành lần thứ nhất năm 1956.

MỘNG NGÀY HỒI HƯƠNG

LỜI : HỒ-ĐÌNH-PHƯƠNG

NHẠC : HOÀNG-TRỌNG

Tình khúc "MỘNG NGÀY HỒI HƯƠNG" do HOÀNG-TRỌNG sáng tác năm 1956 tại SAI-GON với lời ca của HỒ ĐÌNH PHƯƠNG. Bài này đã do nhà xuất bản TINH HOA MIỀN NAM ấn hành lần thứ nhất tại SAI-GON năm 1956.

MỘNG SẦU

Trầm Tử Thiêng

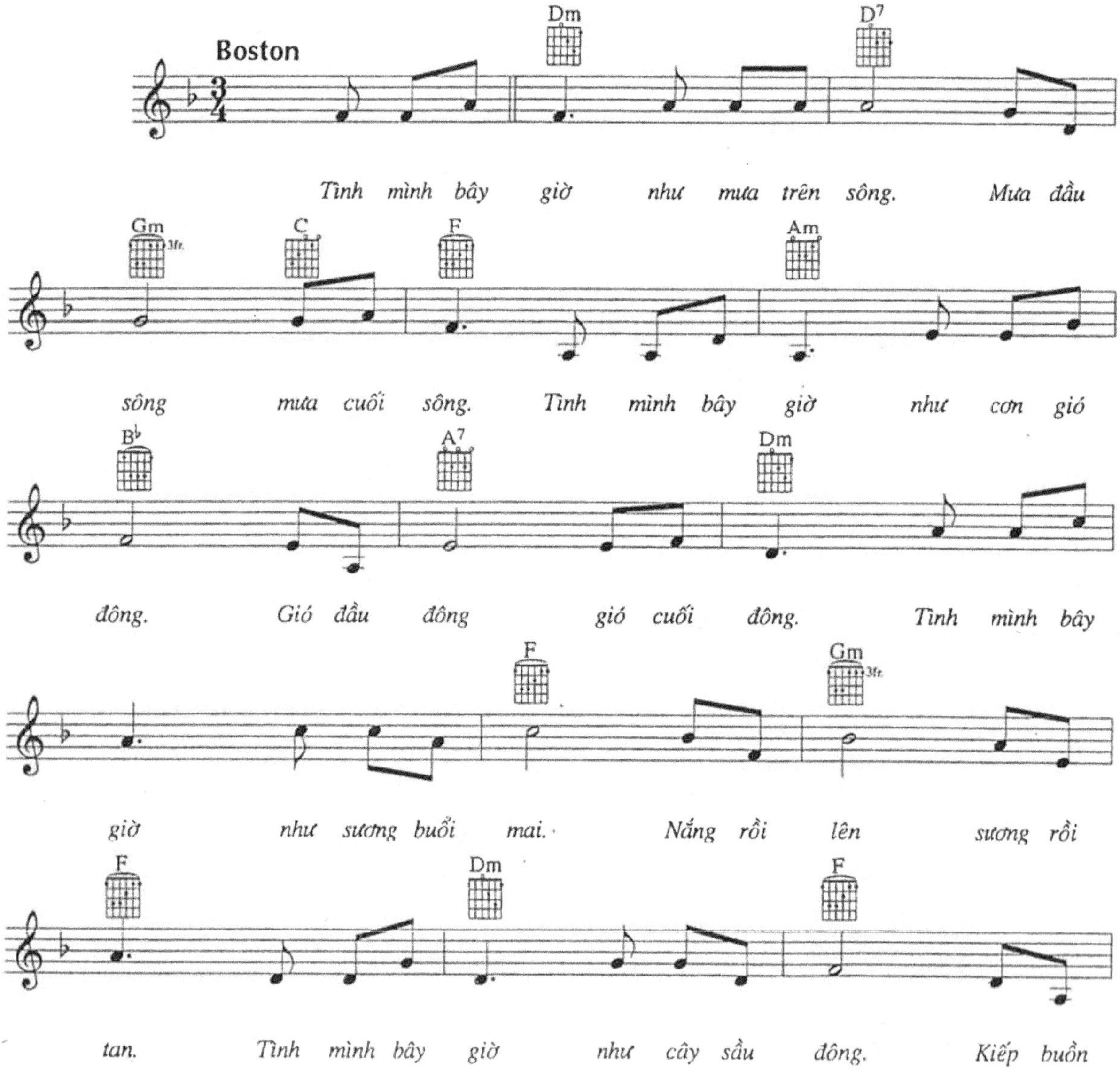

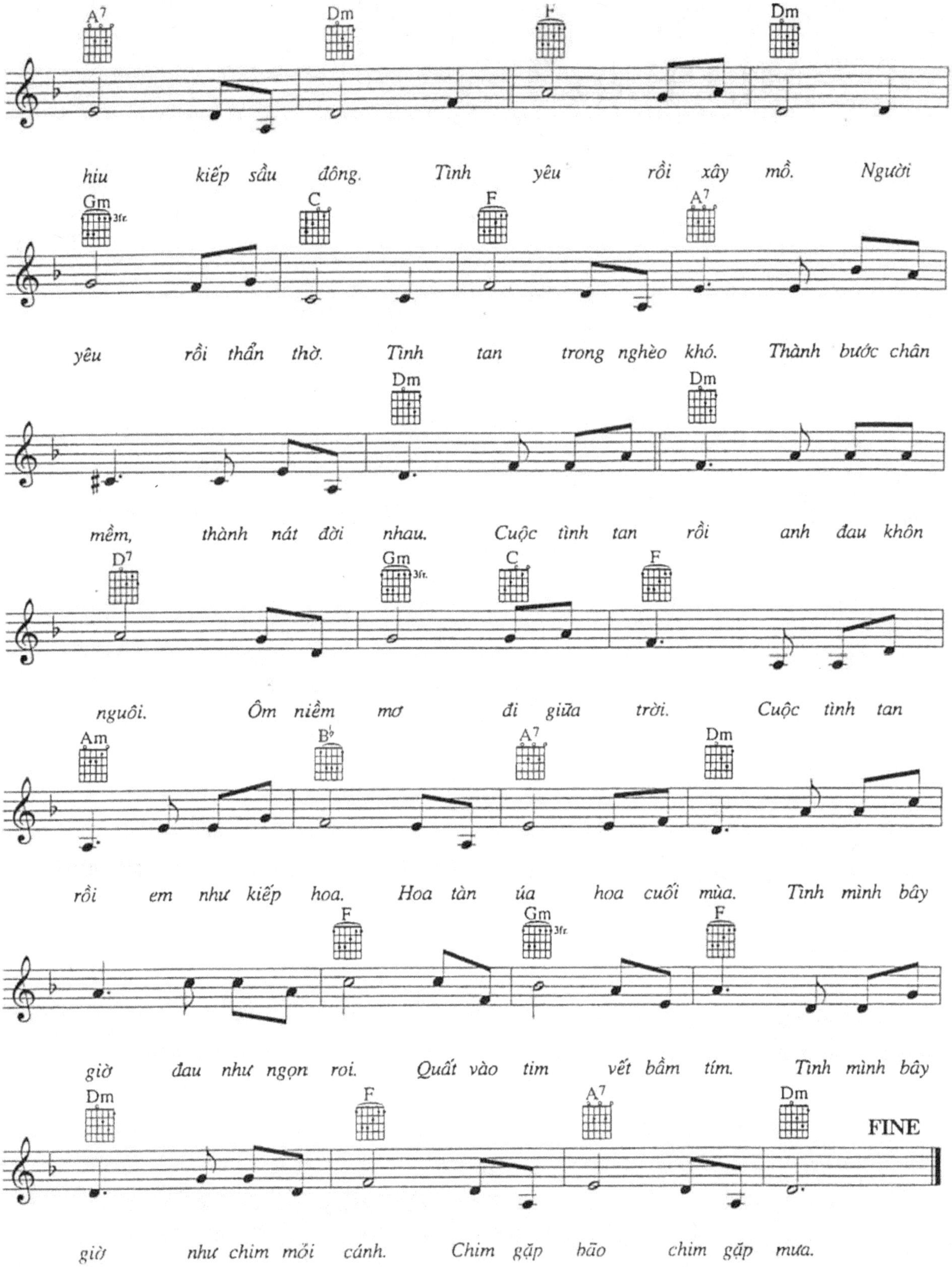
A7 Dm F Dm
hiu kiếp sầu đông. Tình yêu rồi xây mồ. Người
Gm 3fr. C F A7
yêu rồi thẩn thờ. Tình tan trong nghèo khó. Thành bước chân
Dm Dm
mềm, thành nát đời nhau. Cuộc tình tan rồi anh đau khôn
D7 Gm 3fr. C F
nguôi. Ôm niềm mơ đi giữa trời. Cuộc tình tan
Am B♭ A7 Dm
rồi em như kiếp hoa. Hoa tàn úa hoa cuối mùa. Tình mình bây
F Gm 3fr. F
giờ đau như ngọn roi. Quất vào tim vết bầm tím. Tình mình bây
Dm F A7 Dm
FINE
giờ như chim mỏi cánh. Chim gặp bão chim gặp mưa.

Một Bàn Tay

Phạm Duy

F C
tay ấm khi u mê. Nhưng tay em về thơm mùi gỗ
Dm
quý gờ anh ra. Bàn tay nắng lóa. Ôi bàn tay khơi gió. Tình
C G7 C C
trong năm ngón nõn nà. Bàn tay ôm anh trong cuộc tình đầy. Một
G7 C
thu sang tim anh nở tròn ngày. Bàn tay ấm áp, ôi bàn
Am C G7
tay bão táp. Bàn tay sơn vẽ đời đôi. Một
C G7 C
mai đưa anh thăm thẳm lìa đời. Mùa đông khăn tang mây bỏ đường dài. Bàn
Am G7 C
FINE
tay thương nhớ, ôi gặp anh băng giá. Lạ lùng tay khép làn mi.

MỘT CHIỀU ĐÔNG

Tuấn - Khanh

G. P. SỐ [illegible]/BTTCH/BC3/XB
NGÀY 30-8-66

Dừng bên sông, thuyền lênh đênh cập bến, đừng qua em ơi, sông nhuốm sương chiều. Một lần
vương thương yêu và vui không bao nhiêu, chờ Xuân tươi khoe sắc thắm muôn nơi. Chiều
nay nghe chơi vơi nhìn chiếc lá sắp rơi, mưa giăng đầy trời. Người
sáng khóe mắt Em mừng vui nghe qua đêm, thôi đừng gọi
tiếp. ....đêm, thôi đừng gọi ....tên ....
TÁC GIẢ XUẤT BẢN VÀ GIỮ BẢN QUYỀN

Một Chút Quà Cho Quê Hương

Nhạc và lời: Việt Dzũng

anh một cây bút máy anh vẽ cuộc đời như ước vọng mong
manh Gửi về cho mẹ dăm gói chè xanh Mẹ pha hộ
con nước mắt đã khô cằn Gửi về cho chị hộp diêm nhóm
lửa Chị đốt cuộc đời trong hoang lạnh mù sương Gửi về cho
em chiếc nhẫn yêu thương Em bán cho đời tìm đường vượt
biên Con gửi về cho cha vài viên thuốc ngủ cha rũ cuộc
đời trong tử tù chung thân Gửi về Việt Nam khúc hát ân
cần xin chút yên lành trong giấc ngủ da vàng Gởi về Việt
Nam khúc hát ân cần xin chút yên lành trong giấc ngủ da
vàng

Thân mến gởi tặng các chiến hữu Không quân
1 CHUYẾN BAY ĐÊM
« TÂM SỰ CÁNH BẰNG »
song ngọc - hoài linh
BOLERO
Giữa lòng trời khuya muôn ánh sao hiền người trai đi viết câu
(Có) người hỏi Phi-Công ước mơ gì? người ơi nhắn thì muốn
chuyện Một Chuyến Bay Đêm Cánh Bằng nhẹ mơn trên làn gió Đời ngây thơ xưa lại
màu nào biết mơ chi, ước rằng từ khi tung nhịp cánh tình ta yêu thương là
nhớ, lúc mình còn thơ Nhìn trời cao mà reo mà mơ ước như diều đi
gió nhân tình của mây. Ở đời ai hiểu ai? Người bay trắng đêm dài thì
XUẤT BẢN VÀ GIỮ BẢN QUYỀN
CẤM IN RONEO, CHỤP HÌNH, TRÍCH
DỊCH HAY SỬA ĐỔI LỜI CA KHÁC

níu áo Hằng nga ngồi bên dây Ngân Hà giờ sống giữa lưng trời đôi
thức giữa Đại - Dương dù yên giấc ven rừng bạn có biết chuyện này tôi
FINE
khi nhớ chuyện đời mỉm cười thôi.
ghi lúc vũ - trụ còn ngủ say.
Đêm nay chuyến bay trời xanh như màu
áo Đường Minh Đế nhàn du thăm Tinh - cầu chạnh thương hai
đứa giờ gối súng nơi nào lâu lắm chẳng gặp nhau
Bạn bè đà
cách xa nào khuây Tình nàng chưa nói nhưng mà say Giai nhân
hỡi khoé mắt em u hoài theo tìm trong chuyến bay.
Có
BẠN ĐÃ NGHE LỜI NGƯỜI BỘ BINH THÔNG CẢM VỚI TÂM SỰ CÁNH
BẰNG VÀ TRONG TƯƠNG LAI BẠN LẠI NGHE NỖI LÒNG THỦY THỦ
NHẠC 20
ẤN PHẨM
2

Một chuyện
Xe hoa
MINH KỲ, DẠ LY VŨ
Habanera
Nước lệ làm vui nhìn chiếc xe hoa Anh ơi! thôi đành dang dở tin
Ước hẹn rồi nay trả với trăng sao Anh ơi! non mòn biển cạn gì
ta! Còn đâu câu nói ban đầu tình đôi ta khó phai
đâu! Ngày xưa chung lối chung mộng mà nay sao cách xa......
1
mầu, bây giờ tại sao đành ôm khổ đau (Ước hẹn rồi nay trả với trăng...)
2
lòng, em nhìn xe hoa lòng vẫn lạnh lùng Anh ơi đừng trách
Cấm mọi sự in lại, trích dịch hay sửa đổi lời ca
Kiểm duyệt số: 033 BTT/PHNT, ngày 6.1.71

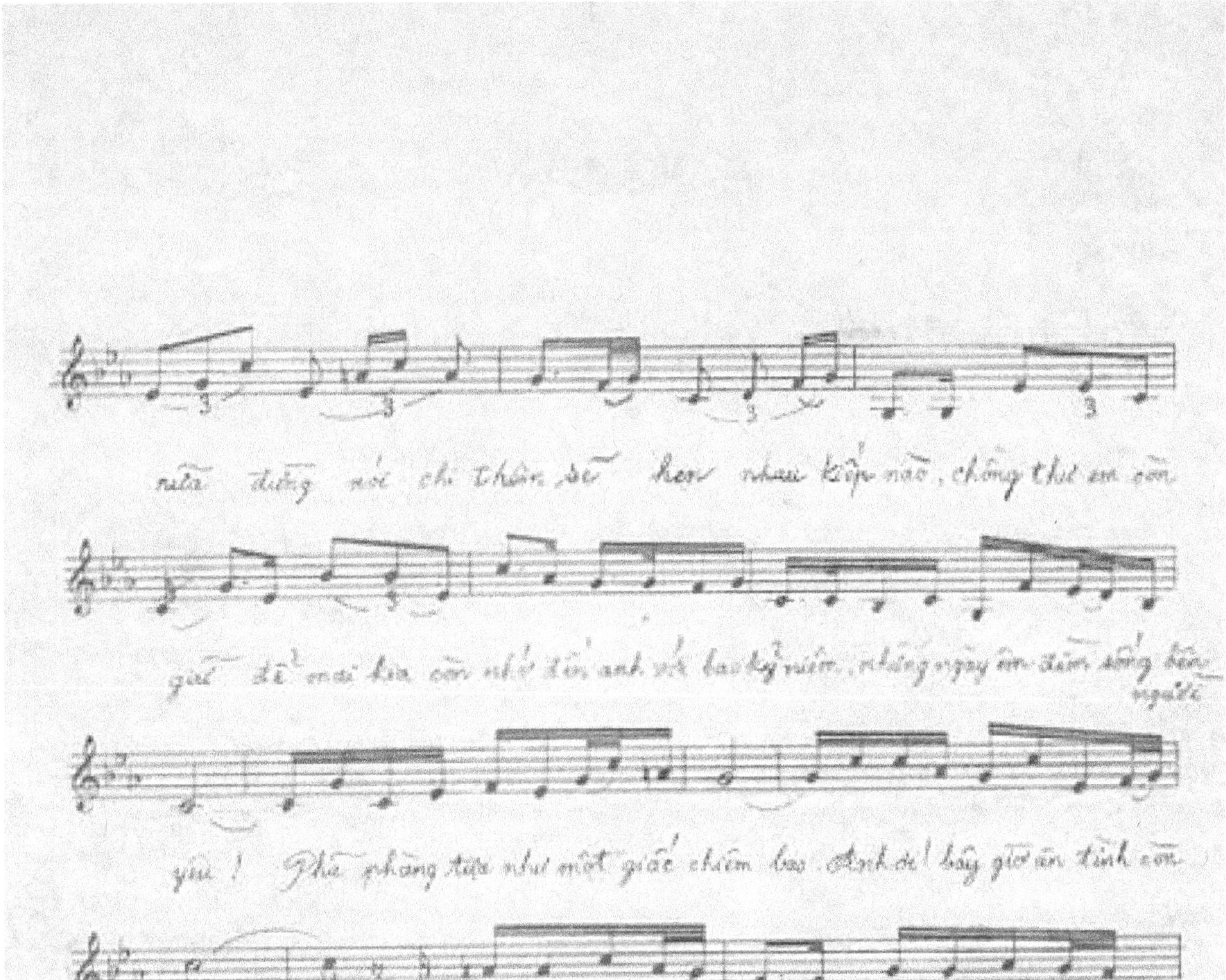
nữa đừng nói chi thân sẽ hẹn nhau kiếp nào, chồng thư em còn
giữ để mai kia còn nhớ đến anh với bao kỷ niệm, những ngày em đắm sống bên người
yêu! Phũ phàng tựa như một giấc chiêm bao. Anh ơi! bây giờ ân tình còn
đâu! Lời thư thay cánh thiệp hồng, người không yêu sẽ kêu
rằng thương giùm phận em là kiếp má hồng!
204
ASIA SÓNGNHẠC

Một cõi đi về

Trịnh Công Sơn

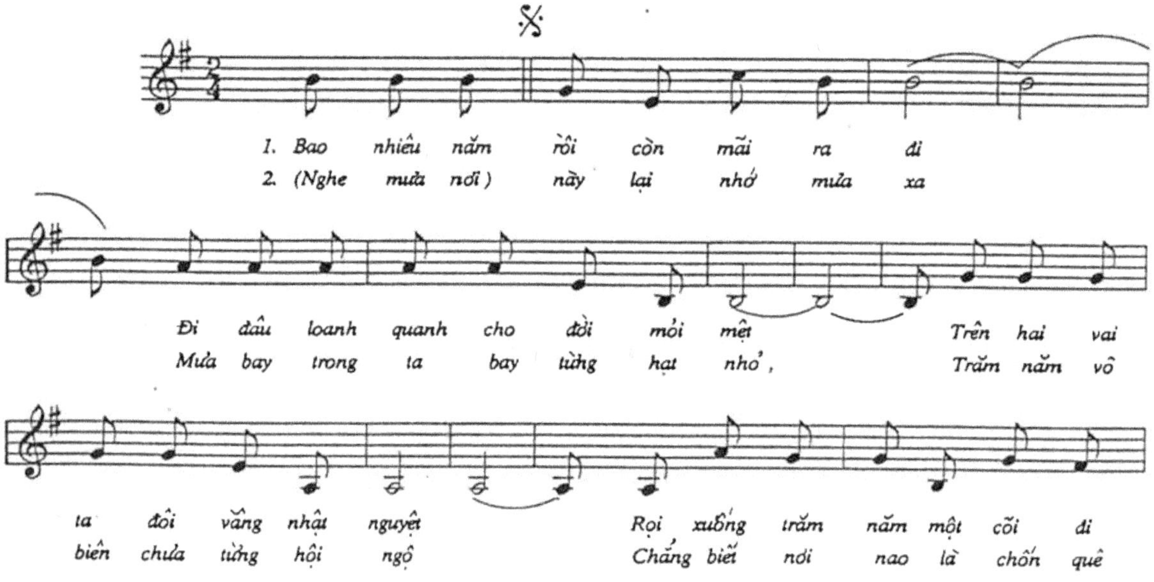

về . Lời nào của cây lời nào cỏ lạ, một chiều ngồi
nhà . Đường chạy vòng quanh một vòng tiều tụy, một bờ cỏ
say một đời thật nhẹ ngày qua . Vừa tàn mùa xuân rồi tàn mùa
non một bờ mộng mị ngày xưa . Từng lời tà dương là lời mộ
hạ, một ngày đầu thu nghe chân ngựa về chốn xa Mây che trên
địa, từng lời bể sông nghe ra từ độ suối khe Trong khi ta
đầu và nắng trên vai Đôi chân ta đi sông còn ở
về lại nhớ ta đi Đi lên non cao đi về biển
lại Con tim yêu thương vô tình chợt gọi
rộng Đôi tay nhân gian chưa từng độ lượng
Hôm nay ta say ôm đời ngủ muộn
Lại thấy trong ta hiện bóng con người . 2. Nghe mưa rơi
Ngọn gió hoang vu thổi suốt xuân thì.
Để sớm mai đây lại tiếc xuân thì.

MỘT CÕI TÌNH PHAI

NHẠC VÀ LỜI: NGÔ THỤY MIÊN

C F A7
hởi người yêu hởi người yêu hởi quá xa rồi một thời Tìm đâu
Dm Gm
thấy tìm đâu thấy tìm đâu thấy nụ cười buồn ngày nào Có
A7 Dm
xót xa mờ khuất một mình ta. Chiều qua giòng
Dm C Dm
sông lá vàng rơi dáng ai mơ mộng Chiều qua giòng
Dm C F A7
sông riêng mình ta mòn mỏi chờ mong Chiều qua sông
Dm C F
Seine có con chim bay cuối trời cất lên tiếng ca rã
Dm A7 Dm
rời Cuộc tình sầu khôn nguôi.

MỘT ĐỜI QUÊN LÃNG

NHẠC VÀ LỜI: NGÔ THỤY MIÊN

đâu bao tiếc nuối xót xa đầy vơi Còn đâu
nữa ngày vui đã tàn còn đâu nữa tình thôi lỡ làng còn đâu
nữa tìm đâu thấy nữa người yêu dấu ơi. Tình đã phôi
pha nghe trong tâm tư niềm đau xóa nhoà Rượu ấm dôi
môi mà lạnh một trời sầu dâng ngập lối Người đã quay
To Coda
đi lời nào không nói riêng mình tôi chờ mùa Đông tới Một kiếp xa
xôi một đời quên lãng em còn yêu tôi.
Coda
xôi một đời quên lãng Em còn yêu tôi.

MỘT GÓC ĐỜI PHÔI PHA

Nhạc & Lời: TỪ CÔNG PHỤNG

1997

C#m A Bm E7 A F#m C#m
xa âm thầm về một góc đời phôi pha. Lá có còn xanh mùa
F#m C#m Bm A F#m
cũ Nắng có còn thơm tình xưa Nhớ người từ quê hương nghìn
Bm F#m A E7 E9
trùng, nhớ đường về tương tư ngại ngùng Hồn em ở cuối chân ngày
Bm Bm6 A A9 A7
thả xuống tàn phai một nỗi đau Về đâu hỡi em chiều nay bóng tối quê
A6 Bm E7 C#m
người thênh thang Về đâu hỡi em chiều nay dấu vết thiên
E7 A F#m Bm
đường đã mờ Mây bay qua đây đã từ thiên thu nhưng trong tim em vẫn còn âm
C#m A Bm A
vang chút tình người vừa khép lại đêm nao

Một lần cuối

Nhạc và lời: hoàng thi thơ
1970

nghe. Anh hát cho Em nghe một lần cuối Một lần cuối cùng rồi thôi! Anh chết trong mắt
Em! Anh chết trong mắt Em một lần cuối! như những lần đó... xa
xôi... Anh khóc trên vai Em... Anh khóc trên vai em một lần
cuối Một lần cuối! Một lần cuối cùng để còn thấy lòng run lần
cuối! Một lần cuối cùng thôi Em (Anh) ơi!... Anh vuốt tóc....
... ơi!.... Anh khóc trên vai Em Anh khóc trên vai Em một lần
cuối! Một lần cuối! Một lần cuối cùng để nhìn thấy Tình Yêu lần
cuối! Một lần cuối cùng thôi Em ơi! Một lần cuối cùng thôi Em
ơi! Một lần cuối cùng thôi Em (Anh) ơi! Một lần cuối cùng thôi Em (Anh) ơi!...

Một Lời Cuối Cho Em

Nguyễn Ánh 9

C G Am
cuối cho em. Một lần cuối cho em. Khi tình ta hôm nay đã tàn
D7 C G
phai. Một lời cuối cho em. Một lời cuối cho em. Kiếp sau chờ
Am A D7 G D7
nhau sẽ hết những niềm đau. Thôi nhé nghe em. Mình xa nhau từ
G C D7 Am D7 Em
đây. Thôi nhé nghe em mình xa nhau mãi mãi. Ân tình đã phôi phai. Anh
G D7 G
FINE
một mình ở lại. Chuyện tình này anh nhận hết chua cay.

MỘT LẦN ĐI

VIẾT THEO CẢM HỨNG BÀI THƠ "ĐI LÀ HẾT"
TRONG THI TẬP "THƯƠNG ĐAU"
CỦA H.T.T

Hoàng Thi Thơ

(RẤT CHẬM)

đi là hết

(Rút trong tập thơ "THÚ THƯƠNG ĐAU" của HOÀNG-THI-THƠ)

(AIMES CE QUE ON NE VERRA DEUX FOIS.)

. . . Đến hôm anh đi,
Bạch ngọc ngủ li
Trong khi Đô Lương sướt mướt
Một trận mưa buồn, một sáng cuối đông . . .
Anh và em từng qua nhiều cơn ác mộng
Nhưng chưa bao giờ qua cơn ác mộng chia ly!
. . Đến hôm anh đi,
Em vẫn ghi bàn tay anh thoi thóp
Rồi em đưa bàn tay em hồi hộp
Với ngón tay cong,
Em chỉ đòi đường sắt song song
Dẫn nhau chạy dài đến phương trời hun hút
Gọi anh, em nói, tiếng buồn não nuột
" Qua thời gian vùn vụt
Em ước mong
Đường sắt song song
Là hình ảnh chúng mình
Đường vợ, đường chồng
Đường tình, đường nghĩa
Đường nhớ, đường trông
Theo nhau song hành trăm năm trong giấc mộng". .

ooo

Đường sắt song song: Tình mình em ví
Vì em là nữ sinh mộng mị . . .
Nhưng anh đã là thằng nghệ sĩ
Rừng đời đã dạn dĩ gió sương
Hẻm đời tâm lý tết trăm đường
Anh đã biết... qua nước mắt buồn dấu diếm!
Nên, là thi nhân.
Mà ra đi, anh mang nỗi lòng tráng sĩ
Của Kinh Kha, khi qua bờ sông Dịch Thủy,
Không thấy ngày về..., như nước mắt lìa mi,
Suốt đời phải định nghĩa chia ly!
Thế là anh đi ..
Để bây giờ anh mang nỗi lòng tráng sĩ!
Để bây giờ anh đã qua bờ Dịch Thủy!
Để bây giờ mình như nước mắt lìa mi!
Để bây giờ suốt đời định nghĩa chia ly!

ooo

Em hỡi! Hai đường sắt song song
Cùng nhau đi, như hai cuộc sống . . .
Nhưng không bao giờ cùng nhau gặp
Vì chúng chỉ là đường song song!
Cho nên em bơ vơ trong mộng
Và anh hứt rứt tự đáy lòng
Khi nhìn giòng sông hai con nước,
Khi nhìn hai đường sắt song song . . .
Thôi! có cũng kể như không!
Ước mong đã thành ác mộng!
Đường tình khác chi đường sắt?
Song song khó thể đồng quy!
Chia ly, chia ly!
Tiếng buồn kinh dị!
Vì đi là hết . . .
Và đi là vĩnh biệt từ phút khởi hành...

ooo

ẤN PHẨM CHỌN LỌC CỦA DIỄN - HỒNG
66, ĐẠI - LỘ . LL - LỢI SAIGON

KIỂM DUYỆT SỐ 687 BTT XB NGÀY C6 - 03 - 1966
IN TẠI MẠNH - HÙNG ẤN QUÁN SAIGON

trường sa

một lần xa bến

SLOW ROCK

Ấn phẩm thứ 20
NHẠC HAY CỦA BẠN

Thu thanh đĩa nhựa : *Thanh - Tuyền*

Hiệu đĩa : *Tiếng hát 20*

TÁC GIẢ XUẤT BẢN
và GIỮ BẢN QUYỀN

một mai em đi

nhạc và lời: TRƯỜNG SA

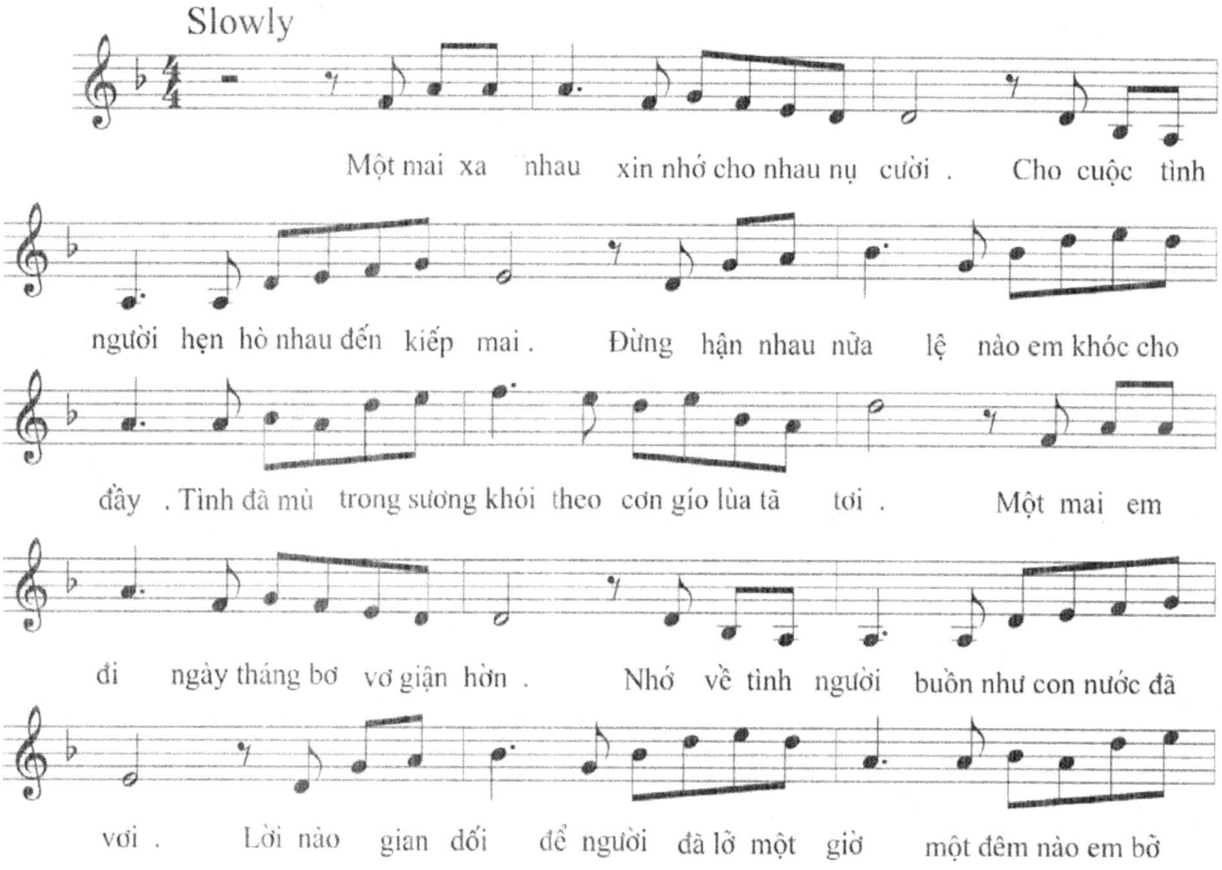

ngờ buông tay ngậm ngùi xót xa . Cho nhau bao nhiêu yêu dâu bên cuộc - đời
này . Nên đôi tay không cầm như nước đổ lạnh lùng . Kiếp nào yêu
người tình nào mơ dấu chim bay còn nhau giữa cơn mê đầy khiến hao gầy phủ nét xuân
xanh . Một mai em đi gọi gió tha mây về ngàn . xin tạ lòng
người tình ta hư không thể thôi . Đời vui không mấy niềm đau đã chín kiếp
người . Lòng dâu phụ nhau thêm nữa khi mai không còn có nhau .

MỘT MAI GIÃ TỪ VŨ KHÍ
Ngân Khánh
Tha-thiết. Thành-khẩn
Rồi có một ngày, sẽ một ngày chinh chiến tàn. Anh chẳng còn chi, chẳng còn chi ngoài con tim héo em ơi!
(Trả súng đạn) này, khi sạch nợ sông núi rồi. Anh trở về quê, trở về quê tìm tuổi thơ mất năm nào,
Xin trả lại đây, bỏ lại đây thép gai giăng với lũy hào sâu, lô châu-mai với những địa - lôi đã bao phen máu anh tuôn cho còn lại đến mãi bây - giờ. Trả súng đạn...
Vui cùng ruộng nương, cùng đàn trâu, với cây đa khóm trúc hàng cau, với con đê có chiếc cầu tre đã bao năm vắng chân anh nên trở thành hoang-phế rong.. ...rêu Rồi anh
G.P. SỐ 3093/BTT/PHNT
NGÀY 9-9-72
CẤM TRÍCH DỊCH IN LẠI
HOẶC SỬA ĐỔI LỜI CA KHÁC

sẽ dựng căn nhà xưa rồi anh sẽ đón cha mẹ về, rồi anh
sẽ sang thăm nhà em, với miếng cau với miếng trầu ta làm lại từ đầu. Rồi anh
sẽ dìu em tìm thăm mộ bia kín trong nghĩa-địa buồn, Bạn anh
đó đang say ngủ yên, Xin cám ơn xin cám ơn người nằm xuống... Để có một
ngày, có một ngày cho chúng mình. Ta lại gặp
ta, còn vòng tay mở rộng thương mến bao la. Chuông chùa làng xa chiều lại
vang, Bếp ai lên khói ấm tình thương, Bát cơm rau thắm mối tình
quê, Có con trâu, có nương dâu, Thiên đường này mơ-ước bao lâu !
FINE
TÁC GIẢ XUẤT BẢN

Một Mình

Lam Phương

F#
Bm
Em
mang Tình riêng trăm mối Một kiếp đa đoan Cứ tìm tình chồng
C#m
Em6
chất ngổn ngang Còn bao lâu nữa khi ta bạc
Bm
A
F#
đầu Tình cờ gặp nhau Ngỡ ngàng nhìn nhau Để rồi còn gì
Bm
nữa cho nhau Sáng trưa khuya tối Nhìn quanh một
D
Bm
mình Đường quen không tới Tìm nhau ngại ngùng Chỉ vì đời
A
Bm
A
Bm
mình chưa có bình minh

Một Mình

Nhạc và Lời Thanh Tùng

Nhạc sĩ Thanh Tùng
(1948-2016)

Một Mùa Đông
thơ Lưu Trọng Lư x nhạc Y Vân

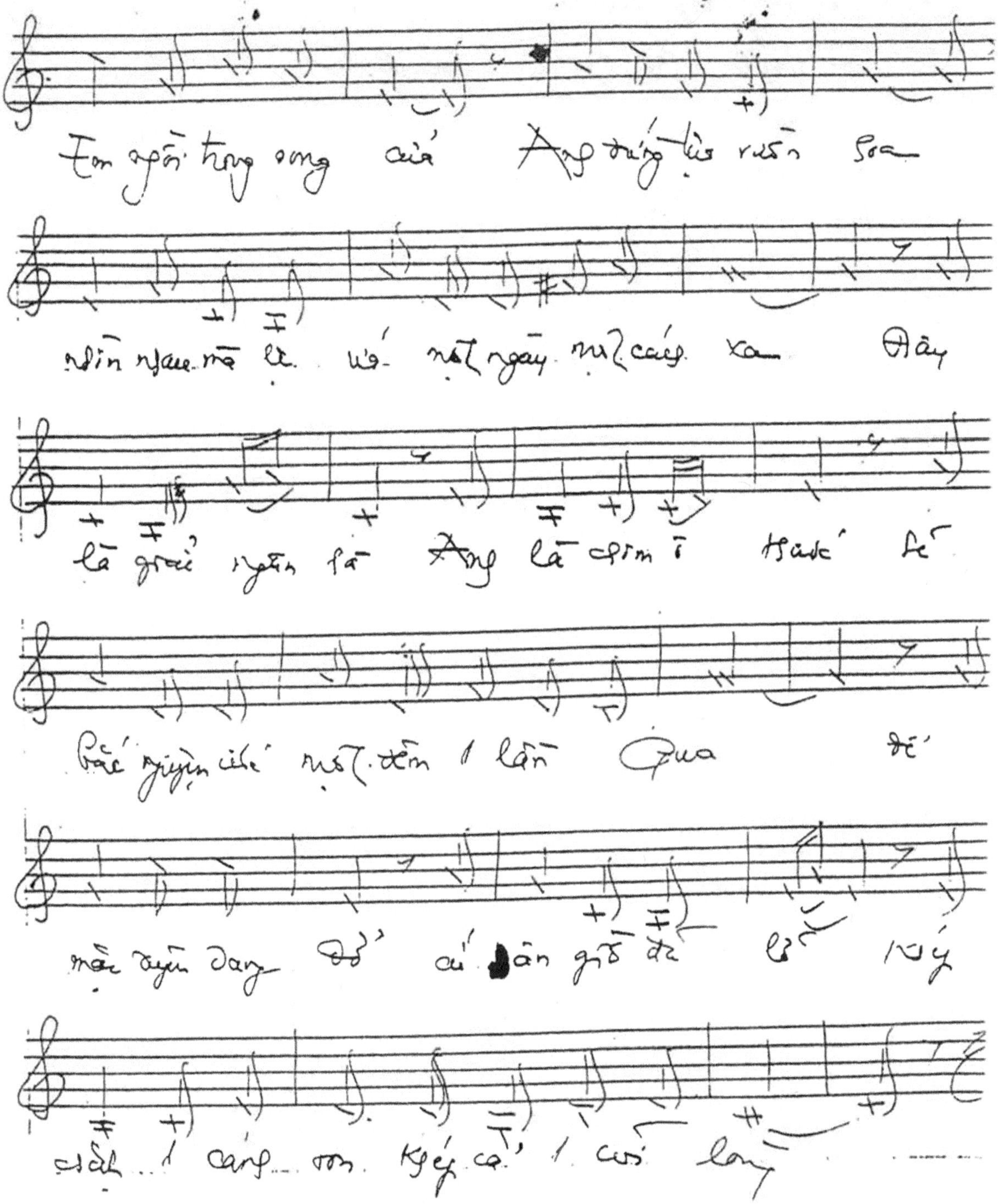

Một ngày nào cho tôi gặp lại em.

Vũ thành An

Một Ngày Việt Nam
: Nhạc : Trúc Hồ
: Lời : Trầm Tử Thiêng
Cali. 25.2.1996.
1. Từ nghìn trùng xa ai vẫn hát vang lời Việt Nam.
2. Chương mộng nửa đêm, ai đánh thức khu vườn tuổi thơ.
3. Tựa vào lòng nhau, ôi nhịp trái tim gọi Việt Nam.
4. Từng vòng tử sinh, quay thấm thoát cũng vài nghìn năm.
5. Dù nhục dù vinh! Xin hãy hát vang lời Việt Nam.
2. Chương mộng..
3. Tựa vào..
4. Từng vòng..
5. Dù nhục.
Một Ngày Việt Nam, ngày thoát bóng đêm dài lầm than. Ngày thế giới reo mừng hòa vang. Ta cùng hát "Một Ngày Việt Nam".

MỘT NGƯỜI ĐI XA

Trúc Phương

E♭ G7 Cm E♭
mắt, mắt dại đêm rã rời. Nặng vai ba lô khi chuyển quân qua áo
F A♭ E♭ Cm B♭
sương lạnh đầy hơn một lần. Gian nan giữa giờ phố phường ngủ trọn
E♭ G7 Cm
mơ đêm dương gian. Mình đi khi nước đau chẳng thở than.
Cm Fm Cm
Tôi muốn gửi những hình ảnh đời tôi và bọn tôi, những người trẻ hôm
E♭ F Cm A♭ B♭
nay đến những thương yêu hậu phương. Xin nhớ nhau như tình nhân, tình nhân
E♭ G7 Cm
FINE
nhớ lúc người xa chưa về.

MỘT NGƯỜI LÊN XE HOA

HÀ THANH đã thâu vào dĩa Việt-Nam
với ban nhạc của tác-giả

HOÀNG-TRỌNG

nhớ . . . Một người buồn trông theo khi khuất - xa người yêu.
Bỗng thấy lòng quạnh - hiu . . . Em ơi! những ngày vui hững-
(Anh)
hờ trôi mất rồi, nhưng nhớ nhưng thương sao cho nguôi. Em
(Anh)
ơi ! thế là thôi, chúng mình xa - cách rồi. Từ - giã lệ
ướt hai phương trời. Một người khi Thu sang trao nhớ trong cung
đàn, Trong tiếng tơ sầu - oán . . . Một người tìm trang
thư năm cũ mơ người xưa. Trong gió lạnh mùa Thu.

MỘT THỜI ĐÀ NẴNG DẤU YÊU

(Từ bài CÕI BẾN TÌNH THƠ)

Thơ: LUÂN HOÁN

Nhạc: NHẬT NGÂN

F#m Bm E A
em tôi thả thơ trôi, thơ theo sóng nước bập bềnh lô nhô. Người tôi
Bm A Bm E A
yêu ở Thanh Bồ, ngân nga thánh nhạc vút cao nhà thờ. Ngày ngày tôi lên đến
Bm E7 A A
nghe, trở về lòng thấy muôn vàn nhớ nhung Người tôi yêu ở tứ
C#7 F#m Bm A F#m A
tung Phước Ninh,Thạch Gián, Khuê Trung, Tam Tòa, Hải Châu,An Hải, Xuân Hòa.. ươm ươm mấy
E7 A A C#7
cõi thơ tình trong tôi. Người tôi yêu ở tứ tung nhưng sao chẳng
F#m E Bm E7 A A
thấy một người yêu tôi, nhưng sao chẳng thấy, một người yêu tôi, yêu tôi...

MỘT TÌNH YÊU

Nhạc và Lời: Đức Huy

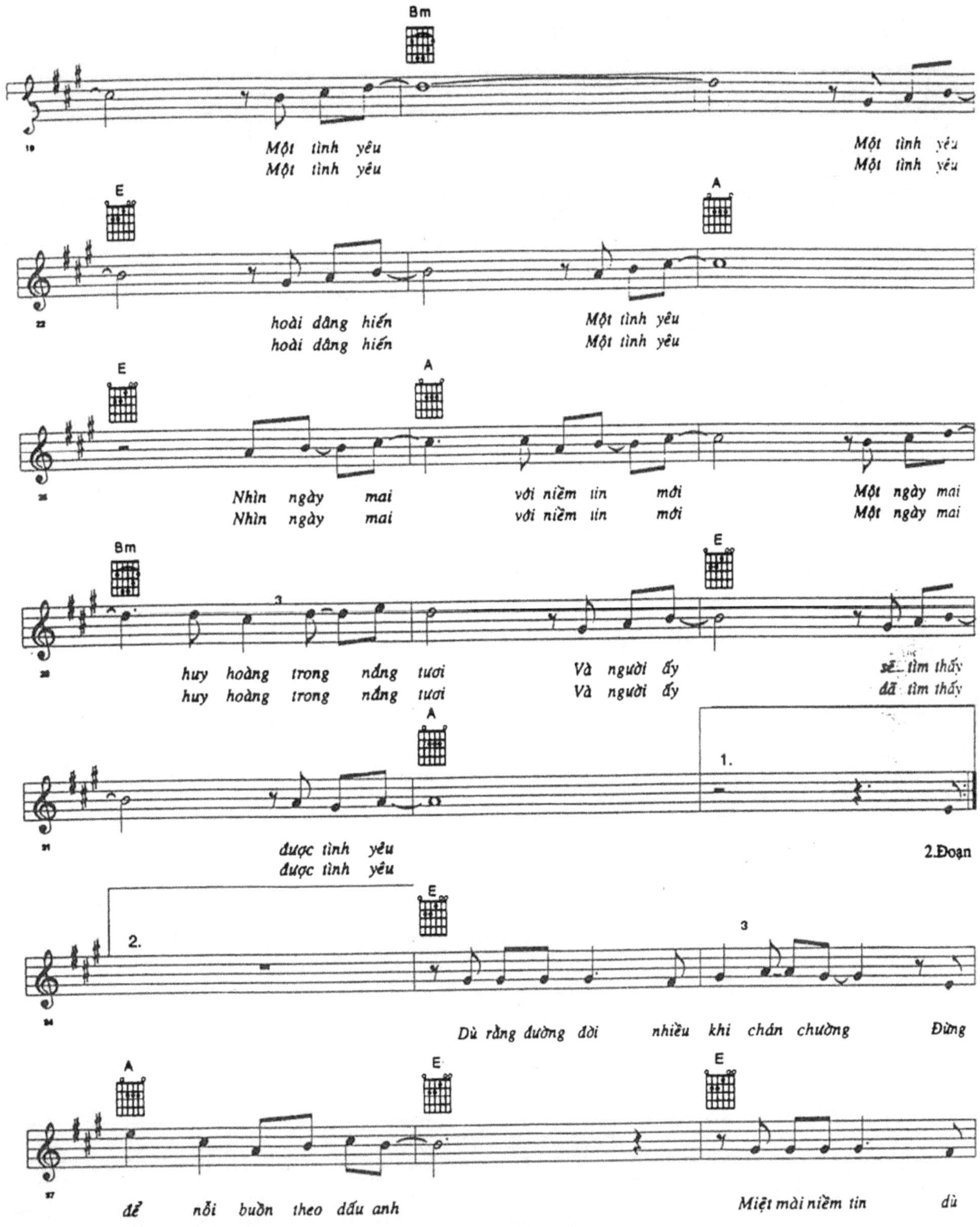
Bm
Một tình yêu
Một tình yêu
Một tình yêu
Một tình yêu
E
A
hoài dâng hiến
hoài dâng hiến
Một tình yêu
Một tình yêu
E
A
Nhìn ngày mai
Nhìn ngày mai
với niềm tin mới
với niềm tin mới
Một ngày mai
Một ngày mai
Bm
3
E
huy hoàng trong nắng tươi
huy hoàng trong nắng tươi
Và người ấy
Và người ấy
sẽ tìm thấy
đã tìm thấy
A
1.
được tình yêu
được tình yêu
2.Đoạn
2.
E
3
Dù rằng đường đời nhiều khi chán chường
Đừng
A
E
E
để nỗi buồn theo dấu anh
Miệt mài niềm tin dù

A
E
3
cho gió sương Đừng để hy vọng tan biến nhanh
D/E
A
Một tình yêu trọn con tim Một tình yêu
Một tình yêu trọn con tim Một tình yêu
Bm
E
Một tình yêu hoài dâng hiến
Một tình yêu hoài dâng hiến
A
E
Một tình yêu Nhìn ngày mai
Một tình yêu Nhìn ngày mai
A
Bm
3
với niềm tin mới Một ngày mai huy hoàng trong nắng
với niềm tin mới Một ngày mai huy hoàng trong nắng
E
tươi Và người ấy sẽ tìm thấy
tươi Và người ấy đã tìm thấy
A
được tình yêu
được tình yêu
Nhắc lại và Nhỏ dần..

Nhạc sĩ Đức Huy

một thoáng mơ phai

nhạc và lời: TRƯỜNG SA

đời, hạnh phúc như mơ! Thôi xin người về
đi, trả mùa xuân xứ người, trả lại em, trả lại bao ước
mơ, trên đôi môi và vòng tay ân tình
cũ. Tình yêu đó đã chìm vào mưa lũ, trên giòng đời hiu
hắt, em có hay, rồi mùa xuân qua đây lạc
loài, đường quen xưa bùi ngùi một thoáng mơ phai./.

MỘT THUỞ YÊU ĐÀN

Nhạc và lời: Hoàng Trọng

19
đứa đã hơn một lần mơ Nào ngờ duyên
22
tơ đã chìm trong thương nhớ, đã trôi vào xa
24
xưa... Ai biết thương nhớ bao giờ nguôi
27
Lạnh lùng trông cảnh lá khô nhẹ rơi
Tìm dư âm cũ nhớ nhau mà thôi. Đêm đêm dõi bóng một
31
người, tôi đi tìm thuở xa xôi...
34
xôi. Tiếng xưa còn đó
38
Gió trăng còn đó
40
Thấy đâu người xưa

100 PHẦN 100

NGỌC SƠN
TUẤN HẢI

NHẠC TRĂM HOA MIỀN NAM TÁC PHẨM SỐ 78

lính Lòng anh nao nao mỗi khi ta hẹn nhau! Với Em tâm
dỗi Chiều nay không
tình. Xin em nhớ cho rằng: Chuyện
lính biết trước được đâu? Mà dẫu lính hay đa tình nhưng mãi
mãi vẫn yêu, Chỉ yêu một người, Một người mà thôi và yêu trọn
đời. Một giây về phép xin dành cho Em đó!... Một trăm em
FADE OUT
Em thấy yêu em nhiều hơn cớ sao em buồn! Chiều nay không...
G.P. Số /TBTTCH/BC3/XB
Ngày tháng năm 1968
CẤM TRÍCH DỊCH IN LẠI
TRÊN MỌI HÌNH THỨC

mùa chia tay

Duy-Khánh

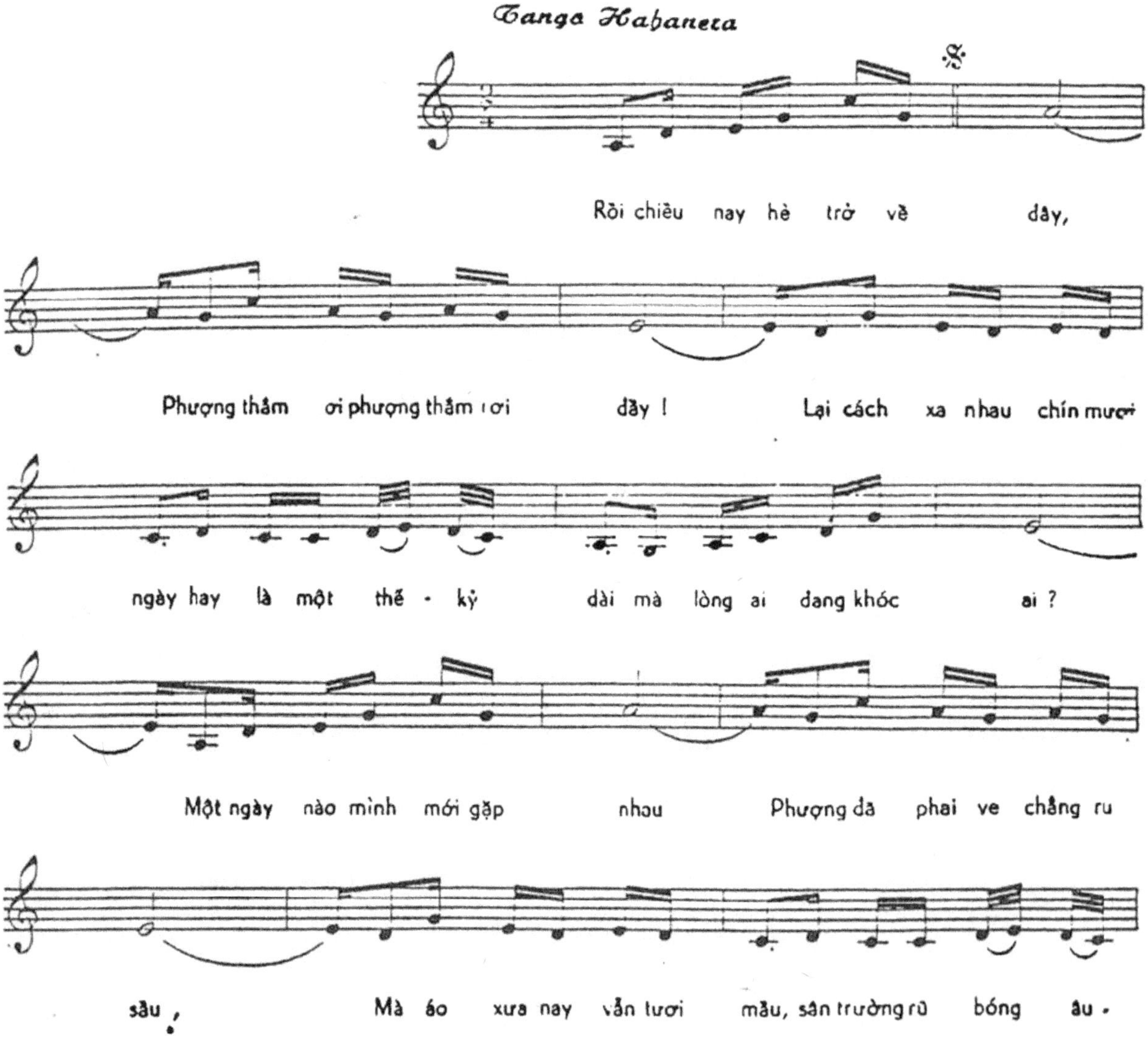

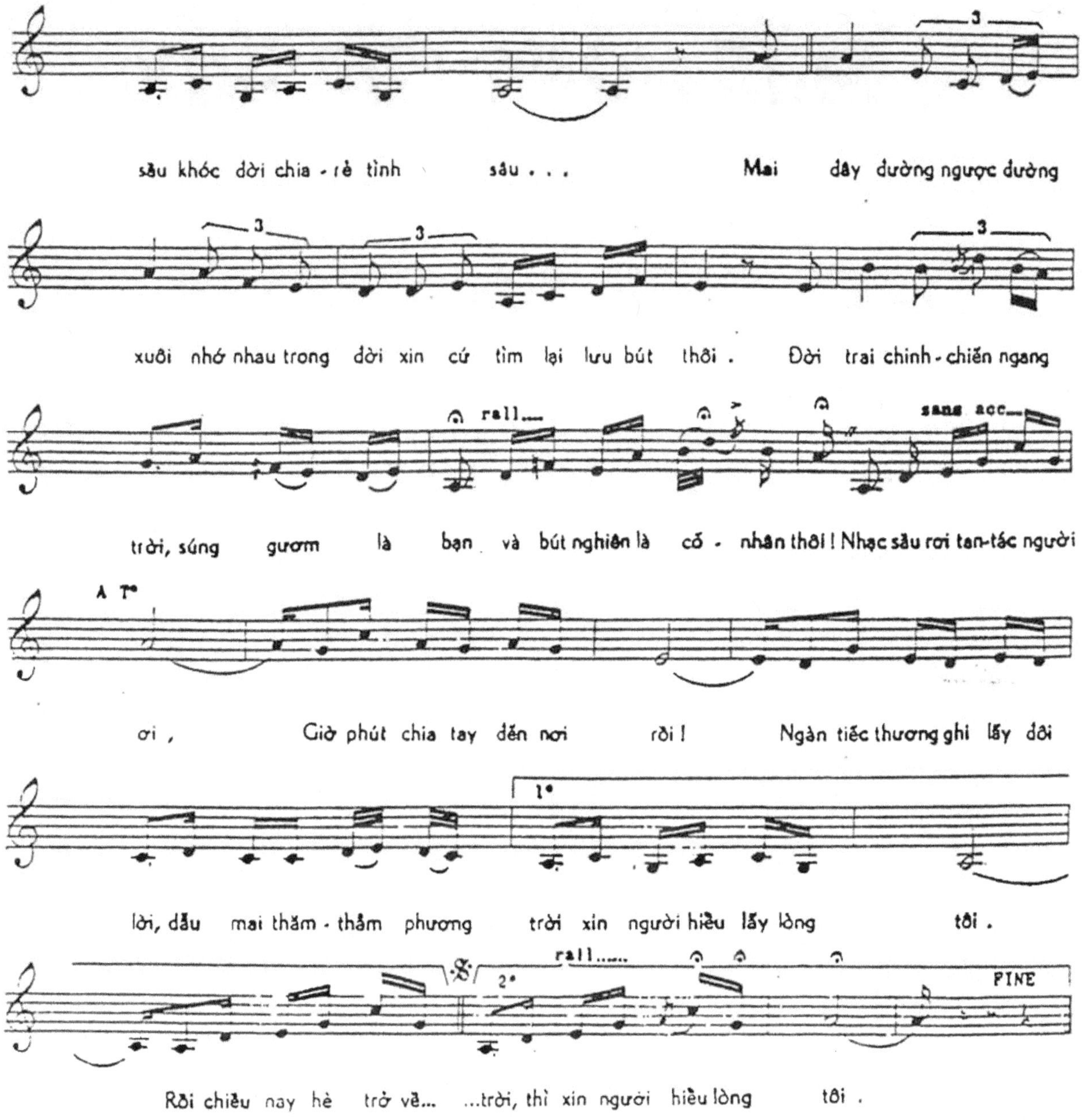

« MÙA CHIA TAY » CỦA DUY - KHÁNH
ẤN - PHẨM SỐ 42 CỦA TẬP « 1001 BÀI CA HAY »
DO TÁC . GIẢ XUẤT - BẢN VÀ GIỮ BẢN - QUYỀN

42 .

Mùa Đông Của Anh

Trần Thiện Thanh

Bm D D7
đi. Người điên không biết nhớ và người say không biết buồn. Những cuộc tình dương
G D Bm
gian muôn đời không nghĩa lý. Nhưng người vẫn tìm nhau tong vòng tay tình
Em A7 Gm6
ý. Như đôi ta niềm yêu xưa chỉ còn một vì sao anh lẻ
D A+ D D7
loi. Trời lập đông chưa em? Cho lũ dơi đi tìm giấc ngủ
G Em A7
vùi. Để mặc anh lang thang ôm giá băng ngỡ thầm người yêu
Bm D7 A7 D
tới. Đêm chia ly em về, đường khuya em bật khóc. Anh xa em thật
Bm Em C
rồi, làm sao quên mùi tóc? Em hỡi em. Có phải tình băng
A7 D A7
fade out
giá là tình đẹp trên thế gian? Có phải tình băng giá là tình đẹp trên thế...
(nồng hai chúng ta) (nồng hai chúng...

Mùa Đông Sắp Đến

Nhạc và Lời: Đức

© 1981

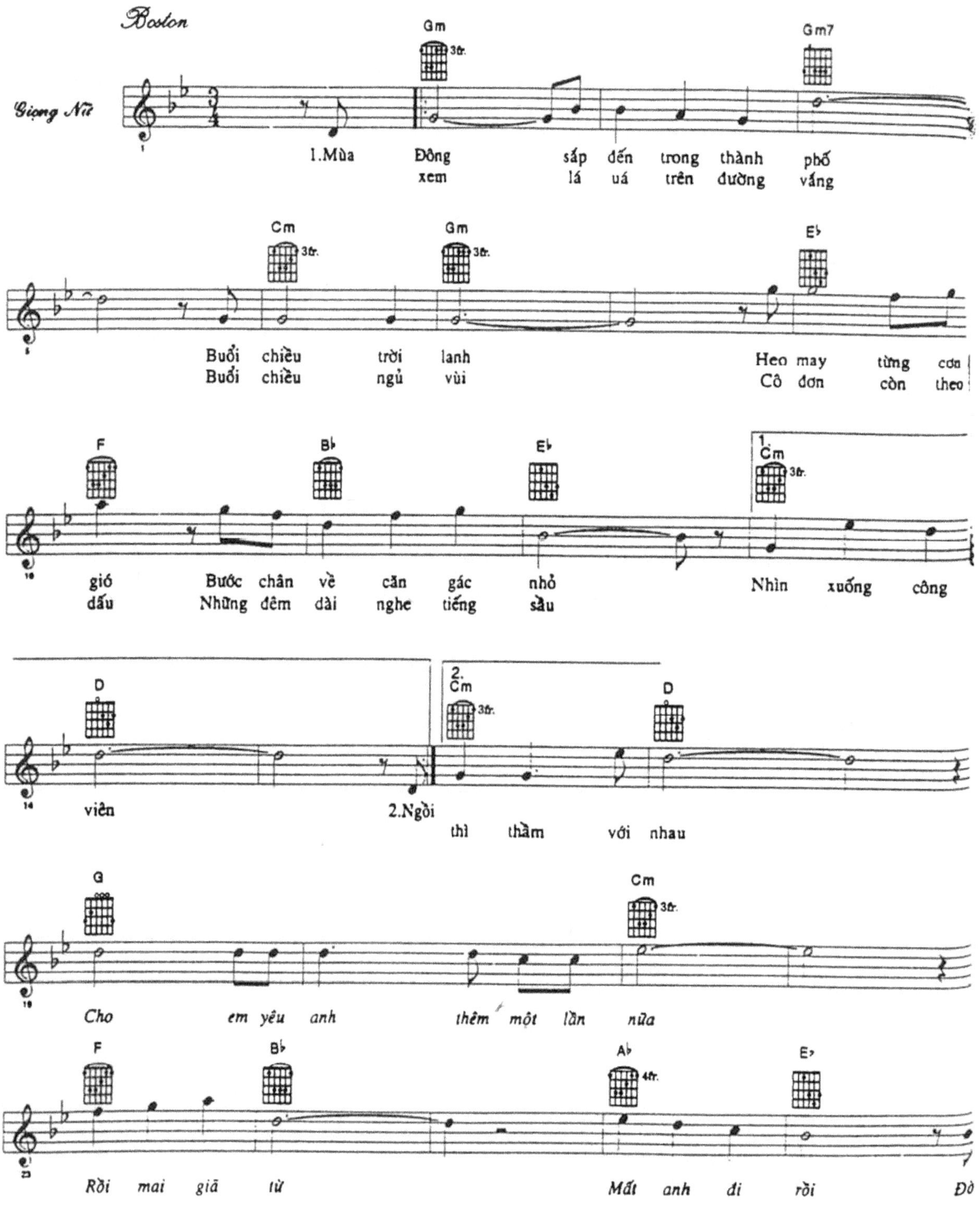

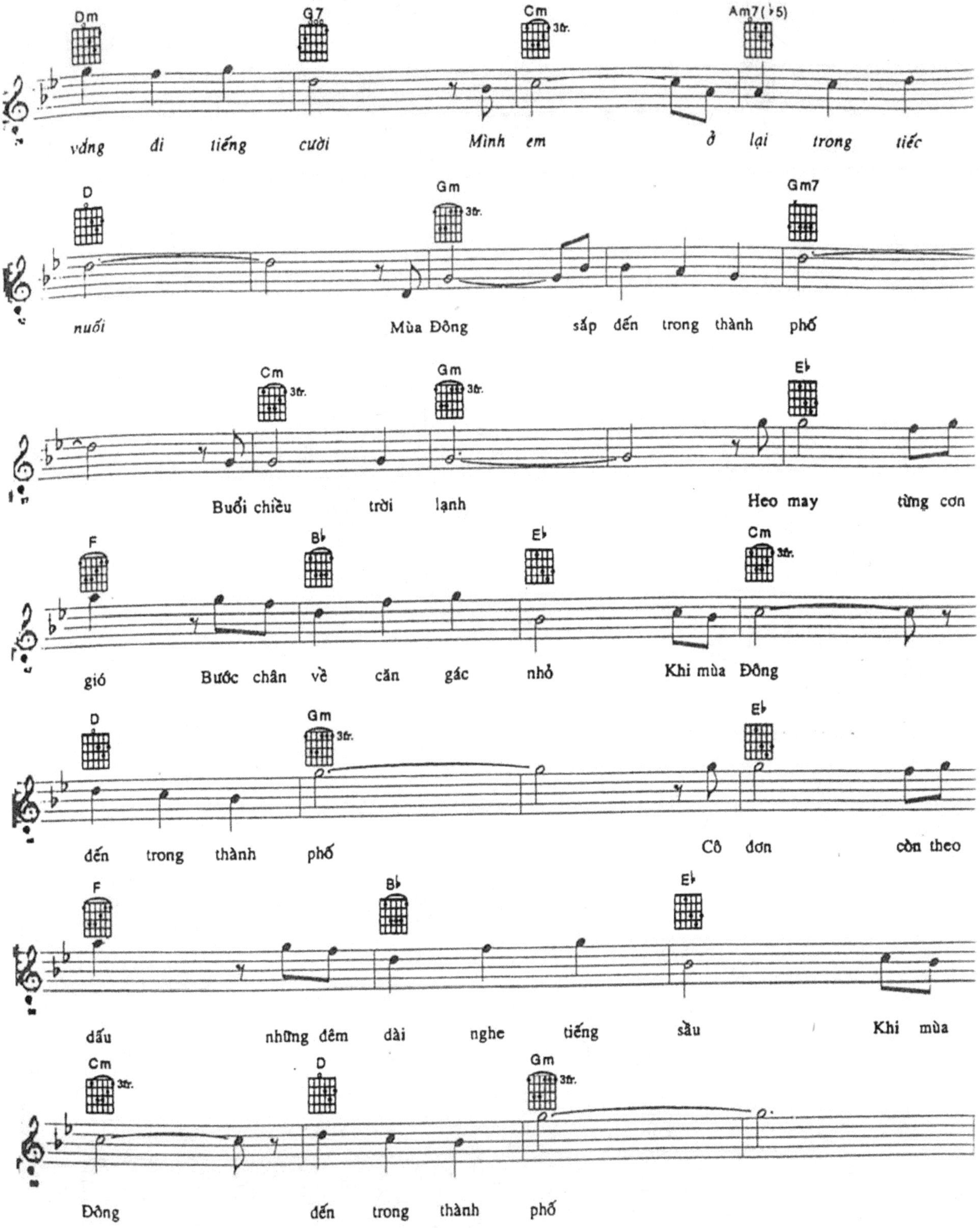
Dm G7 Cm Am7(♭5)
vắng đi tiếng cười Mình em ở lại trong tiếc
D Gm Gm7
nuối Mùa Đông sắp đến trong thành phố
Cm Gm E♭
Buổi chiều trời lạnh Heo may từng cơn
F B♭ E♭ Cm
gió Bước chân về căn gác nhỏ Khi mùa Đông
D Gm E♭
đến trong thành phố Cô đơn còn theo
F B♭ E♭
dấu những đêm dài nghe tiếng sầu Khi mùa
Cm D Gm
Đông đến trong thành phố

Mùa Hè Đẹp Nhất

Nhạc và Lời: Đức Huy
© 1992

Am
D
boàng Ai đã cho em rộn ràng ấm
boàng Anh đã cho em rộn ràng ấm
G
B7
Em
êm Ai đã đưa em lên
êm Anh đã đưa em lên
E
Am
Em
1
gặp ánh sao trời Ai đã cho em Mùa
gặp ánh sao trời Anh đã cho
B7
Em
B7
Hè Đẹp Nhất trong đời
2.Chiều
Em
2.
B7
Em
em Mùa Hè Đẹp Nhất trong đời
Am
Vào những đêm Đông giá lạnh Em nằm
Em
B
C
mơ Em nằm mơ thành tia nắng ấm trong đôi mắt

Bsus4 B7 Em
anb
Am B7
Em B7 Em
3.Ta đã cho nhau những
E Am D
ngày tháng huy hoàng Ta đã cho
G B7 Em
nhau rộn ràng ấm êm Ta đã đưa
E Am
nhau lên gặp ánh sao trời Ta đã cho
Em B7 Em B7
nhau Mùa Hè Đẹp Nhất trong đời
Nhắc lại và Nhỏ dần

Nhạc sĩ Đức Huy

Mùa hợp tấu
Hùng Lân
FOX

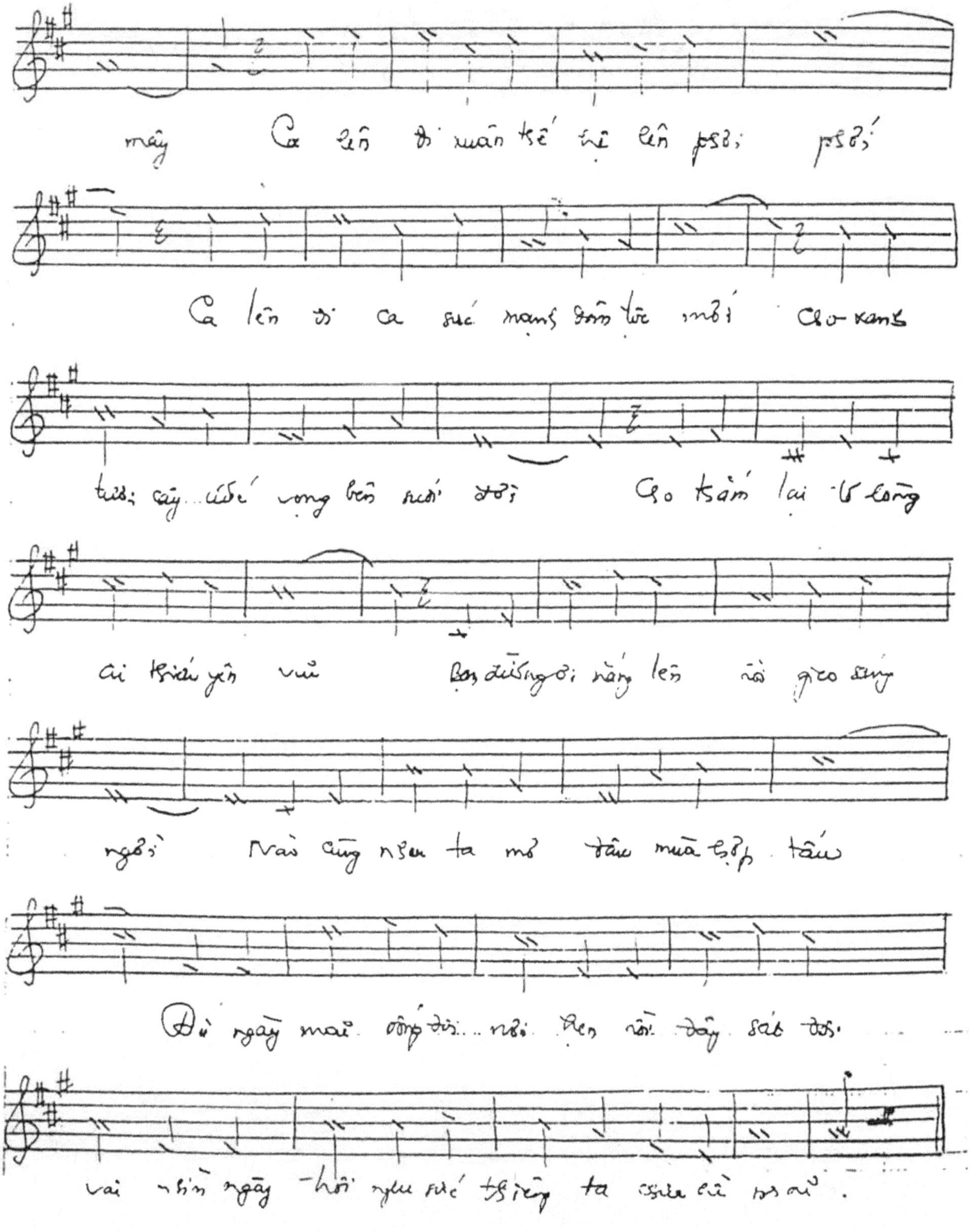

Mùa Mưa Đi Qua

Hà Phương - Du Uyên

Cm Dm Gm
nhòa mưa đổ, mưa sa. Mưa
Cm Gm G7
tuôn trên đá khô mòn, mưa rơi trên bước em
Cm Gm F
về. Mưa như nước mắt đêm nào, mưa lem mất
Dm D7 Gm Gm
gót son rồi mưa ơi! Anh dìu em về đường về nhà
C Dm Gm
em, mưa lất phất mưa mau. Con đường buồn heo hắt đá xanh
B♭ G7 Cm Dm Gm
FINE
xao. Mưa nhạt mưa nhòa, mưa đổ trên cao.

MÙA MƯA ĐI QUA

Du Uyên

F A7 Dm E7 Am
ca. Mưa nhạt mưa nhòa mưa đổ mưa sa. Mưa
Dm Am F
tuôn trên lá khô mòn. Mưa rơi trên bước em
Dm B♭ Am
về. Mưa như nước mắt đêm nào. Mưa len ướt
E7 Am Am
gót son rồi mưa ơi! Anh dìu em về. Đường về nhà
D G Am
em mưa lất phất mưa bay. Con đường buồn hun hút đã xanh
F A7 Dm E7 Am
FINE
xao. Mưa nhạt mưa nhòa mưa đổ trên cao.

MÙA THI

Nhạc và Lời : **ĐỖ-KIM-BẢNG**

Ấn-phẩm 1955 của TINH-HOA — Huế (Việt-Nam)

BẢN «MÙA THI» DO TINH-HOA ẤN-HÀNH LẦN THỨ HAI. NGOÀI NHỮNG BẢN THƯỜNG CÒN IN THÊM 30 BẢN ĐẶC-BIỆT TRÊN GIẤY QUÝ ĐÁNH DẤU TỪ Đ. K. B. I ĐẾN XX — T. H. I ĐẾN X ĐỀU CÓ CHỮ KÝ CỦA TÁC-GIẢ VÀ ĐÓNG TRIỆN SON TINH-HOA ĐỂ TẶNG KHÔNG BÁN.

(1) Trượt. (2) Đậu.

T. H. 315

Mùa Thu Chết

Phạm Duy

B♭ F Dm A7
ta sẽ chẳng còn nhìn nhau nữa. Trên cõi đời này. Trên cõi đời này. Từ nay
F (Dm) Gm B♭ (C7) F
mãi mãi không thấy nhau. Từ nay mãi mãi không thấy nhau. Từ nay
A7 Dm Dm B♭
mãi mãi không thấy nhau. Ta ngắt đi một cụm hoa thạch
Dm Gm A7 Dm
thảo. Em nhớ cho mùa thu đã chết rồi. Ôi! Ngát
B♭ (Gm) Gm A7 Dm
hương thời gian mùi thạch thảo. Em nhớ cho rằng ta vẫn chờ em.
C B♭ F Dm A7 Dm
FINE
Vẫn chờ em. Vẫn chờ em. Vẫn chờ em. Vẫn chờ, vẫn chờ đợi em.

Mùa Thu Cho Em

Ngô Thụy Miên
Thụy Anh

C#m E E7 A
mây xanh thay tóc rối. Nhạt môi môi em thơm nồng tình
B E A G#m
yêu vương vương má hồng. Sẽ hát bài cho em và
C#m E E7 A
ru em yên giấc tối. Ngày mai khi mưa ngang lưng đồi chờ
B E E
em anh nghe mùa thu tới. Em có mơ mùa thu cho ai nức nở. Em có
F#m B7 E E7 A F#m
mơ mơ mùa mắt ướt hoen mi. Và em có mơ khi mùa thu tới. Hai chúng
E C#m F#m B7 E
FINE
ta sẽ cùng chung lối. Em với anh mơ mùa thu ấy tình ta ngát hương.

MÙA THU CÒN ĐÓ
Nhạc&Lời: CHÂU KỲ
Mùa thu đi nghe nói rằng em đã chết? Mùa thu đi! em còn đó hay chết
rồi? Em còn đó em còn đó hay chết rồi? Thu! em hãy nói em hãy
nói nói đời
lời: Rằng mùa thu vẫn sống dài trên sông núi Hồ thu xưa trăng
nhìn nước vẫn sáng
ngời... Xin đừng nói xin đừng nói thu chết rồi! không! Thu vẫn sống
em vẫn sống sống đời

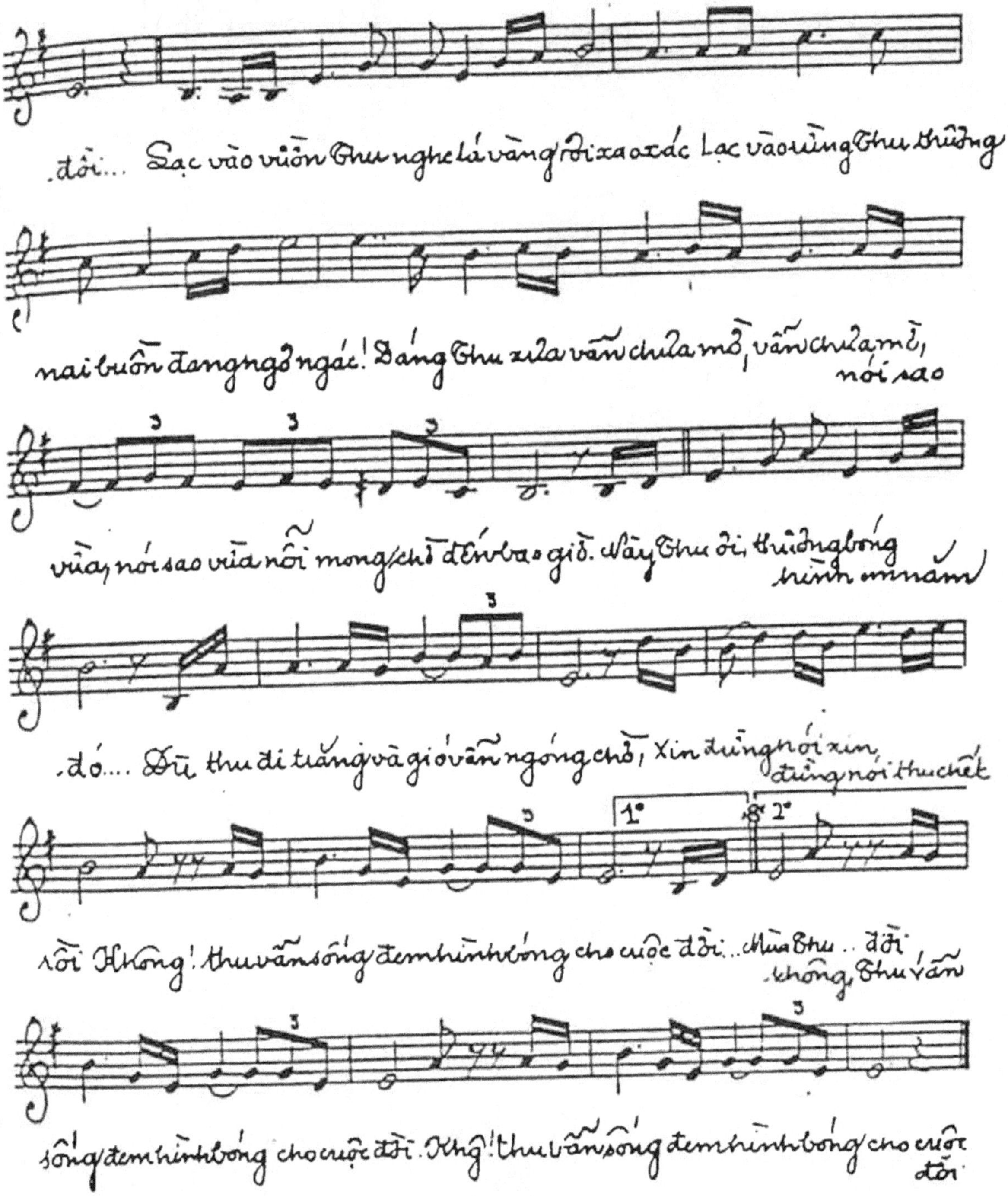
.đời... Lạc vào vườn thu nghe lá vàng rơi xao xác Lạc vào rừng thu thương
nai buồn đang ngỡ ngác! Dáng thu xưa vẫn chưa mờ, vẫn chưa mờ, nói sao
vừa, nói sao vừa nỗi mong chờ đến bao giờ. Nay thu đi, thương bóng hình in nắm
.đó... Dù thu đi tiếng và gió vẫn ngóng chờ, Xin đừng nói xin, đừng nói thu chết
rồi Không! thu vẫn sống đem hình bóng cho cuộc đời... Mùa thu.. đời
không, thu vẫn
sống đem hình bóng cho cuộc đời. Không! thu vẫn sống đem hình bóng cho cuộc đời

MÙA THU ĐÔNG KINH

NHẠC VÀ LỜI:

HOÀNG - THI - THƠ

Nhạc sĩ HOÀNG-THI-THƠ trên du thuyền Hakone trong chuyến ngoạn-cảnh quanh núi Hakone Fuji (Nhật-bản) vào những ngày đầu Thu.

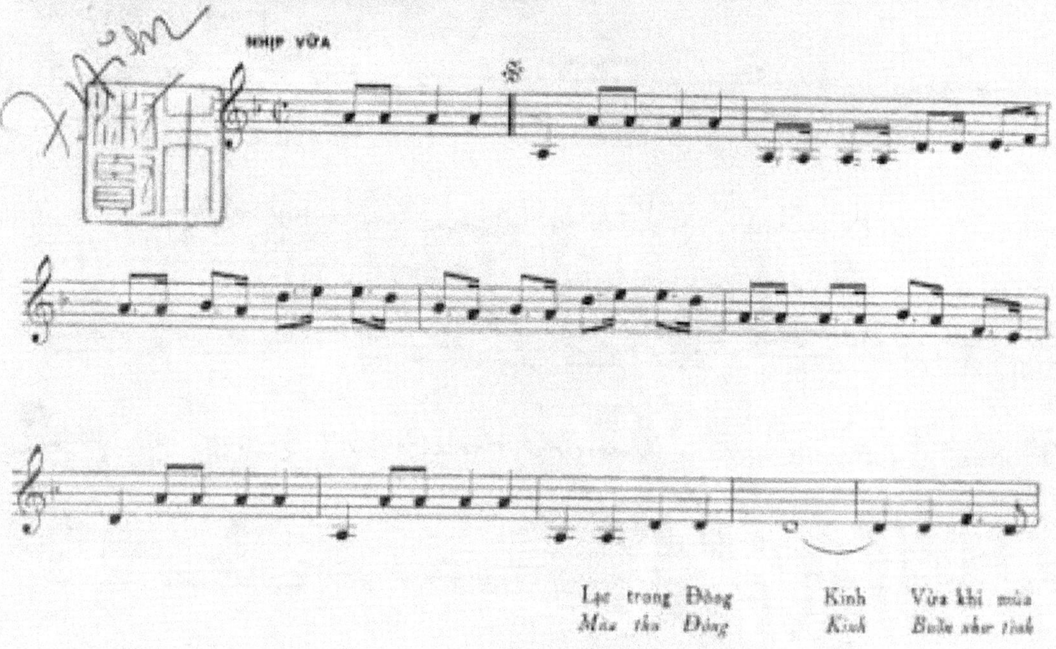

ẤN PHẨM CỦA DIÊN-HỒNG XUẤT BẢN
80, ĐẠI LỘ LÊ LỢI – SAIGON

thu giao thương nhớ làm tôi ngẩn ngơ nhìn Qua hồn thơ chiếc áo buồn
em Trong cơn gió đìu hiu Liền bên đàng Ru lòng ai Lá thu vàng
«KI - MÔ - NÔ» Đôi Thiên Nga trong hồ CÔ - GEI - Sa trên bờ thiết tha trong mong
trên bờ vai như bao nhiêu thu tình mang theo bao nỗi lòng tiếng gió thu lạnh
chờ Chờ ai sa xăm Từ muôn nẻo đến Mà chẳng thấy người
lùng Mùa thu Đông Kinh gọi đôi bình bóng trong giây phút chờ
đâu với cung đàn đang dở dang Nhớ thương hoài
trông Bước đi tìm tâm tình nhau Bước đi tìm
theo thời gian Tiếng Cô tô khoi buồn Sa Mu - Sen nào
duyên ngày tan Trong tiếng hát mơ màng Trong ánh nắng ngỡ
nở khi gió thu về
ngỡ ngàng xao xuyến lá (thu) vàng
NHẠC PHẨM MÙA THU ĐÔNG KINH CỦA HOÀNG-THI-THƠ DO DIỄM-HỒNG XUẤT BẢN VÀ GIỮ
BẢN QUYỀN VĨNH VIỄN NGOÀI NHỮNG BẢN THƯỜNG CÒN IN THÊM 200 BẢN ĐẶC BIỆT ĐỂ TẶNG

MÙA THU KHÔNG CÓ EM

Nhạc & Lời: PHẠM MẠNH CƯƠNG

em, giá buốt tim anh, tình yêu mong manh, mây
trời nuồng cánh. Mùa thu không em! Mùa thu không
em, núi đồi ngã bóng chiều hắt hiu. Mùa thu không
em, con đường ngập ngừng, mình anh lang thang, đếm
từng ngọn buồn. Mùa thu không em, rừng thu riêng
anh, nức nở từng giờ, sương khói chiều mưa.

Mùa Thu Không Trở Lại

Phạm Trọng Cầu

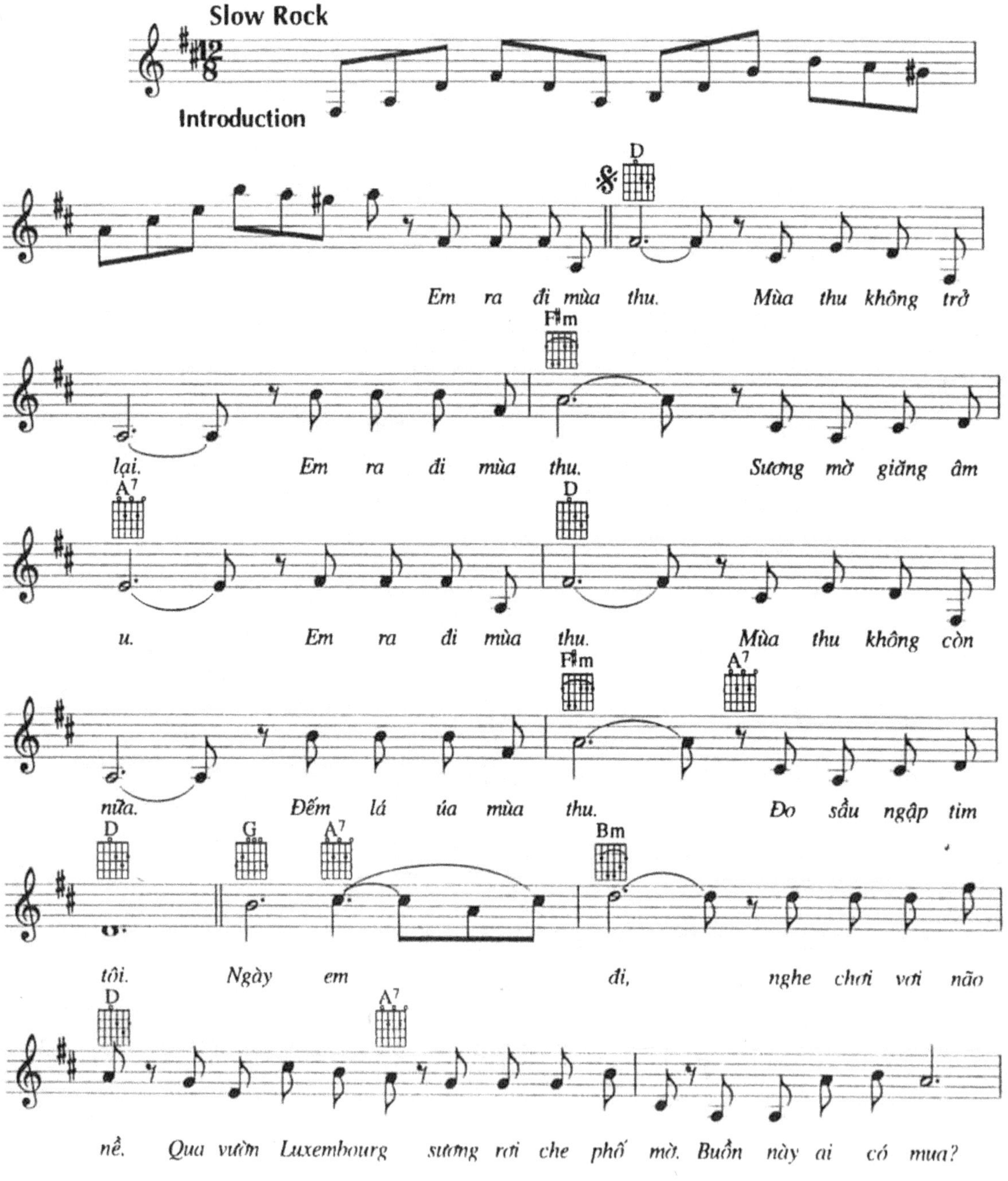

G A7 Bm
Từ chia ly, nghe rơi bao lá
G A7
Adlib
vàng ngập giòng nước sông Sien, mưa rơi trên phím đàn, chừng nào em tôi quên
A+ D
A To
hôm Em ra đi mùa thu. Mùa thu không trở
F#m
lại. Lá úa khóc người đi. Sương mờ dâng trên
A7 D
mi. Em ra đi mùa thu. Mùa lá rơi ngập
F#m A7
ngừng. Đếm lá úa sầu lên. Bao giờ cho tôi
D
2. (để hết)
quên. Em ra đi mùa...
quên.

MÙA THU LÁ BAY

NHẠC CHÍNH TRONG PHIM "MÙA THU LÁ BAY"

Nhạc: Trung Hoa
Lời Việt: Lệ

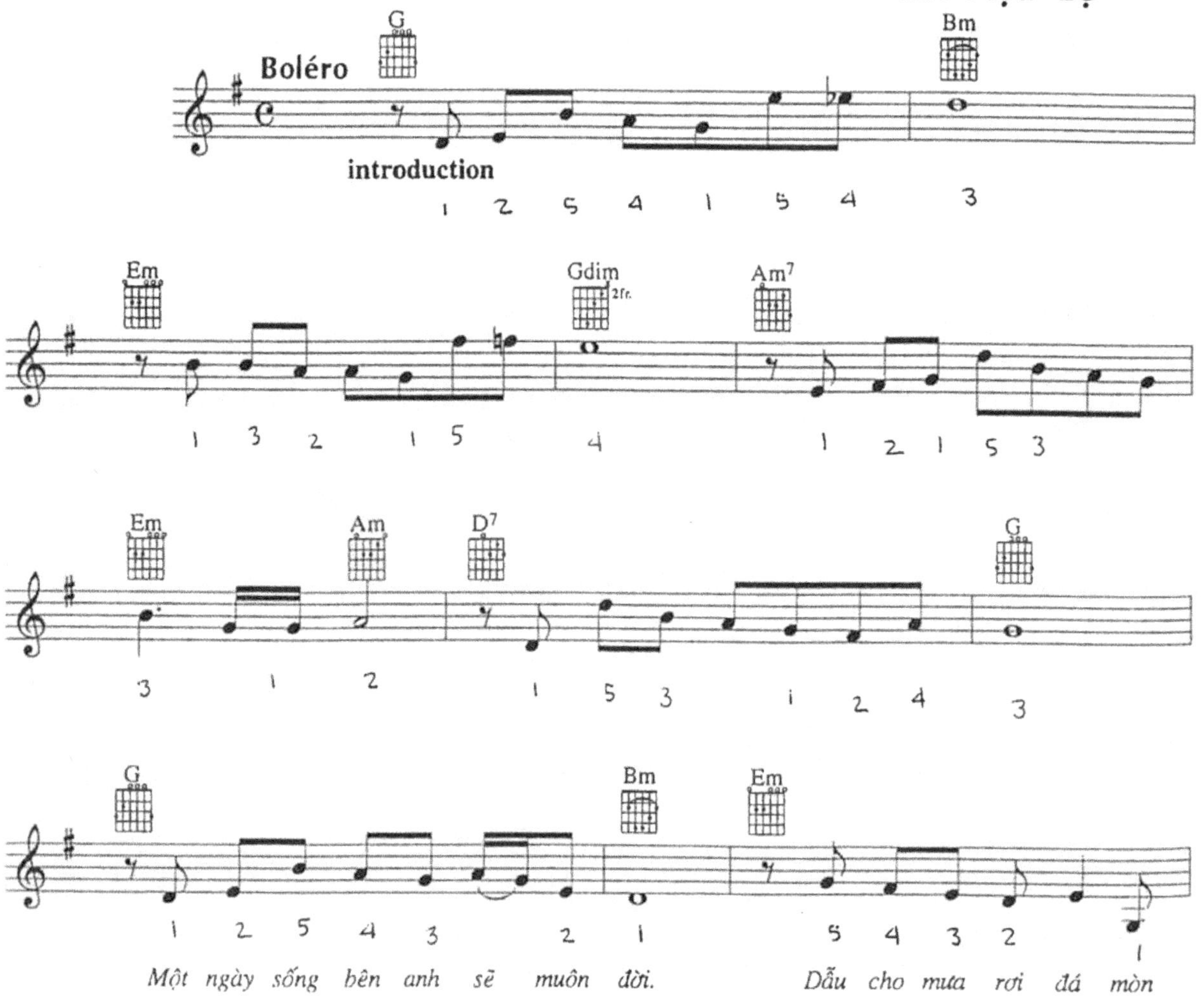

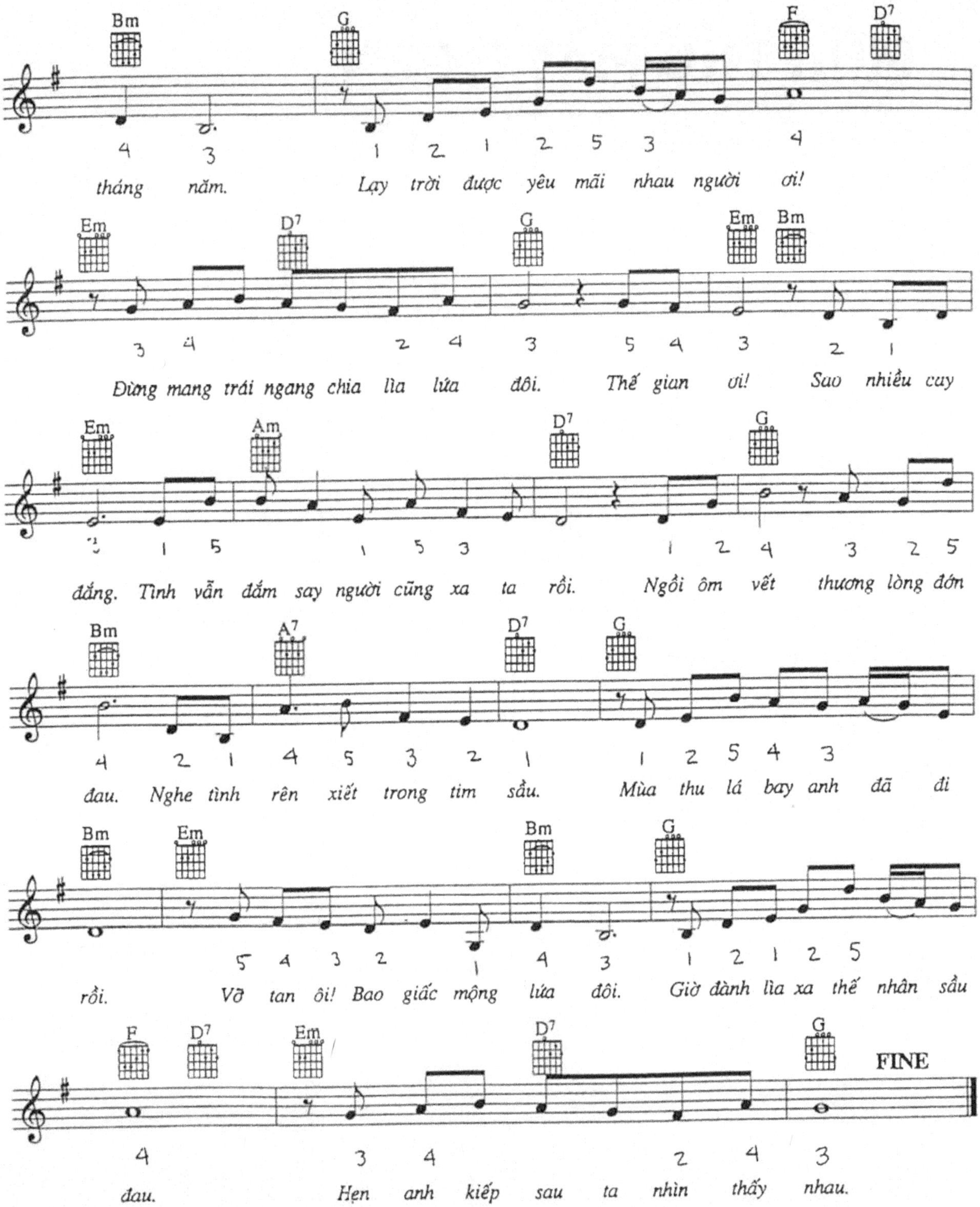
Bm G F D7
tháng năm. Lạy trời được yêu mãi nhau người ơi!
Em D7 G Em Bm
Đừng mang trái ngang chia lìa lứa đôi. Thế gian ơi! Sao nhiều cay
Em Am D7 G
đắng. Tình vẫn đắm say người cũng xa ta rồi. Ngồi ôm vết thương lòng đớn
Bm A7 D7 G
đau. Nghe tình rên xiết trong tim sầu. Mùa thu lá bay anh đã đi
Bm Em Bm G
rồi. Vỡ tan ôi! Bao giấc mộng lứa đôi. Giờ đành lìa xa thế nhân sầu
F D7 Em D7 G
FINE
đau. Hẹn anh kiếp sau ta nhìn thấy nhau.

MÙA THU MÂY NGÀN

Nhạc & Lời: **TỪ CÔNG PHỤNG**
1963

Em D7 G Cm 3fr. Em
mềm bùn lầy lấm gót chân em. Thu nay mây ngàn còn
C D7 C Bm
giăng mãi bên trời mùa thu lưu luyến bóng dáng ai đi Đêm
D7 G Em D7 Em
nay bên thềm nhìn anh em khẽ nói : " Ngày mai anh đi rồi, anh
Am6 Em G Am Bm7
có buồn gì không ?" Buồn không hỡi người đã đi rồi ? Tìm
D7 Bm G C Am7
đâu những ngày qua êm ấm . Người đi theo năm tháng không
Bm7 Em D7 G
cùng thương mắt em hay buồn nhìn mùa thu chết bên song . (Chiều...)

Mùa Thu Paris

Thơ Cung Trầm Tưởng - Phạm Duy phổ nhạc

Bm Gmaj7 Am Cm Dsus4 G
nhỏ Tóc vàng sợi nhỏ Chờ mong em chín đỏ trái sầu Mùa
G D7 G Em Bm Am C/D
Thu Pa - ris Tràn lấp đôi mi Người em gác trọ Người em gác trọ Phòng
C Cm Dsus4 D7 G D7
anh đôi gót nhỏ thầm thì... Mùa Thu im hơi Son nhạt đôi
G Em Bm Am Em C Cm
môi Ngày em trở lại Ngày em trở lại Hờn căm em hối cải cuộc
Dsus4 D7 Gm E♭ Gm
đời ! Mùa Thu ơi Thu ! Trời mây âm u Yêu người độ
Gm B♭ Cm/A D7 Gm
lượng Yêu người độ lượng Và trong em tâm tưởng giam tù ! Mùa
Gm E♭ Cm D7 G D7 G
Thu Pa - ris Mùa Thu Pa - ris Với tình (y) Thu !
Saigon 1958

Mùa Thu Ru Em

Nhạc và Lời: Đức Huy

Valse chậm

G F G7 C
say Nụ hôn ngất ngây Hôn Mùa
F C G7
Thu gió hát bài ca cũ Mùa Thu
C C
bay lá vàng Anh
G C
ru em ngủ Bài ca dao ta vẫn
F G C
hát lúc còn ấu thơ
C F
Dài cơn mê thương yêu ấy những
G C C
ngày ái ân

mùa thu trong mưa

trường sa

Đã do LỆ - THU thâu thanh vào dĩa nhựa Việt Nam với ban hòa nhạc và hòa âm của Văn Phụng

Chậm tha thiết

1°
2°
3
thăm cho dài ngày tháng không tên (Chiều mưa không có)
lời cho mình còn mãi thương . . . . . . nhau Trầm lặng ngày
đi qua trên đường phố rét mướt, dấu chân chưa tìm
về chút kỷ niệm ngày đầu, để từng mùa thu đến, ra đi không mang
tin, nỡ quên đi dành sao? Kể từ em vắng xa, ngày tháng bơ vơ tên
mình. Mùa Thu mưa vẫn rơi không bước chân em tìm
đến. chuyện ngày xưa biết sao, mỏi cánh chim bay phương
FINE
nào? Còn ngày xuân ấm êm cho mình gọi tiếng yêu em!

MÙA THU XA EM

NHẠC VÀ LỜI: NGÔ THỤY MIÊN

A Em
nhau cuộc đời thôi vắng tên Em ơi đừng khóc
G D Gm
nữa đừng tiếc nuối mà gì Em ơi tìm đâu
A D
thấy Đời đã vỡ như mơ. Rồi
D D Em D
mai tóc bạc đầu qua bao nhiêu cuộc bể dâu Tình
A A7
xin không gian dối không quên nguôi Dù
D Em D
mai cuối cuộc đời ta cho nhau chuyện tình đau Tình
A7 D
xin không im tiếng qua bốn mùa.

Mùa hoa anh đào
THANH SƠN
Mùa hoa Anh Đào
SLOW RUMBA
Mùa xuân sang có hoa Anh Đào,
Màu hoa tôi trót yêu từ lâu. Lòng bâng khuâng nhớ ai năm
nào hẹn hò nhau dưới hoa Anh Đào mình nói chuyện ngày sau.
Còn tìm đâu phút vui ban đầu! Bụi thời gian cuốn trôi về

Số xuất bản 78 TNXB ngày 27-3-[illegible]. Chịu trách nhiệm xuất bản Lê Hoàng. Biên tập và trình bày Trương Văn Khuê. Kỹ thuật vi tính Trương Thịnh Tùng. Chế bản và in 5000 bản tại [illegible] TAXA.

MÙA XUÂN CỦA MẸ

TRỊNH-LÂM-NGÂN

Giấy phép số : 5614 BTT/NBC/PHNT
ngày 29-12-69

2°
ai đêm nay núi rừng gió nhẹ sang xuân thoảng mùi mai nở đâu
đây. Du hồn lạc loài chơi vơi khi xưa những ngày binh lửa chưa
sang bếp hồng quây quần bên nhau nghe mẹ kể chuyện đời xưa mẹ
ơi con hứa con sẽ trở về dù cho dù cho xuân đã đi
qua dù cho én từng bầy bay về ngàn dâu gì rồi con cũng
về chỉ bên mẹ là mùa xuân thôi.

MÙA XUÂN ĐẦU TIÊN

Cho Lan để kỷ niệm một mùa Xuân đầu tiên của anh em mình. 10/3/67

Toàn

Tuấn-Khanh

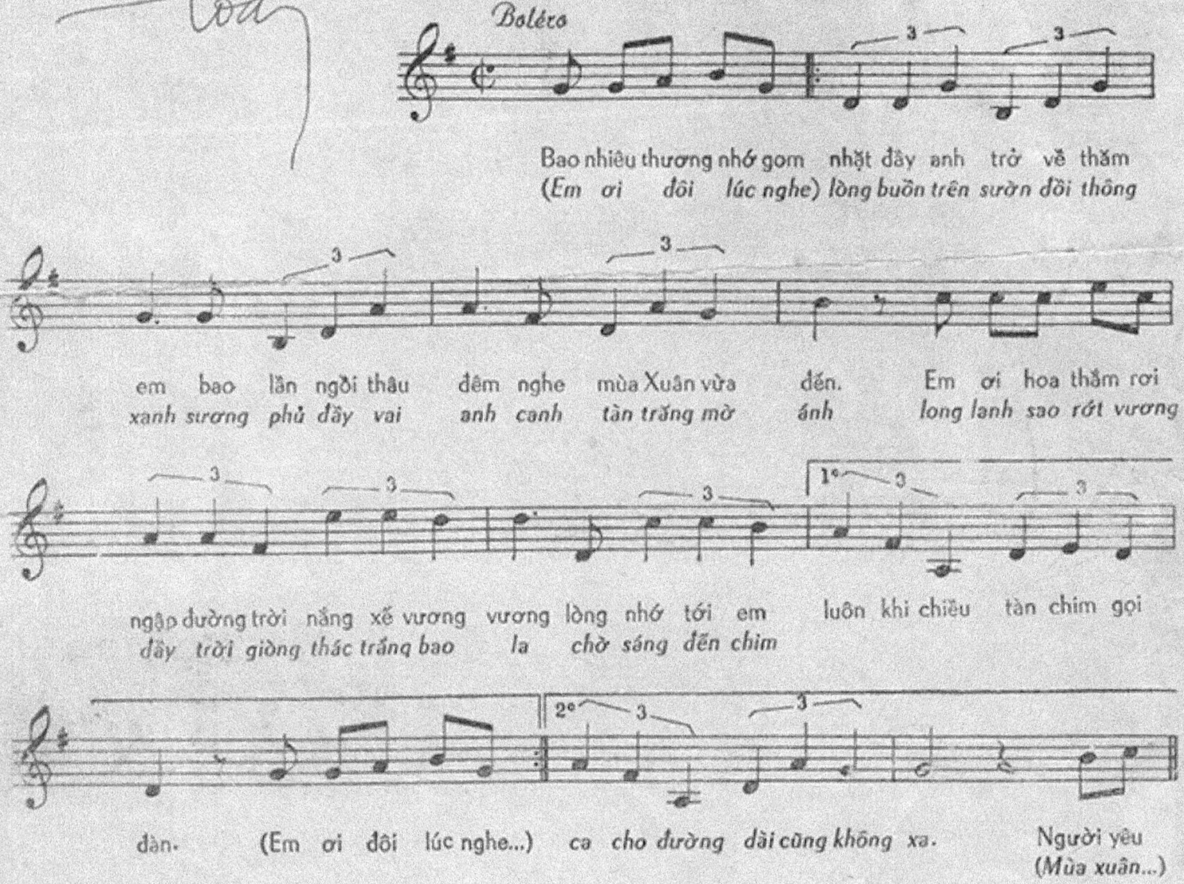

thương. Viết cho người và hát cho người, từ một thuở vào xuân xa
vời. Xin mau về mùa xuân trên đời, để lòng người nở hoa rực rỡ như lòng ta vẫn
chờ. Mùa xuân sao chưa về hỡi em cho yêu thương vun đầy mắt
sâu, sẽ quên đi ngày tháng cũ miệt mài. Chờ xuân lên cho lòng ngất
say, còn mãi đó với những dấu yêu trong đôi mắt thơ ngây.
Từ xuân đi cho đời vắng nhau, gom yêu thương đã từ bấy lâu, hứa cho em dành
thắm mát cuộc đời. Chờ xuân lên tươi màu cỏ hoa, tình yêu đó gắn bó thiết
tha, ta suốt đời có nhau ./.

MÙA XUÂN TRÊN ĐỈNH BÌNH YÊN

Nhạc & Lời: TỪ CÔNG PHỤNG
1968

A E7 A A
trời tô mắt dại tuổi mơ. Xin đỉnh yên
F#m Bm C#m A
bình một mùa xuân ôm kín khung trời của tuổi thơ thôi rã thôi rời
Bm C#m Bm E7 A E7
Xin đừng làm bão tuổi đôi mươi, để vòng tay khắc khoải ôm xuôi từng niềm vui bay theo biển
E7 A F#m
gió... Hãy ôm trọn ôm trọn tuổi xuân có một lần vui thôi em đừng
Bm A E7 Bm
cho chết hương tình ngọt ngào Đỉnh bình yên trên cao xin
E7 A
Rall pour finir...
em giữ kín cho lâu dài một mùa xuân đã thắm trong tôi

Mùa Xuân Trong Đôi Mắt Em

Nhạc và Lời: Đức Huy

Boléro chậm

D
B♭maj7
16
lên Rồi một ngày dịp may sẽ đến Em ơi đừng
Esus4
E7
Am
19
quên! Thành phố này trời thấp giăng
G
Am
22
mây Như mãi mãi mùa Đông ngày qua ngày Nhiều đêm
Am
G
25
dài chờ sáng đơn côi Em đếm những ngày vui qua trong
Am
Em
Am
28
đời Còn hy vọng sau những thương đau Mùa Đông
Em
D
B♭maj7
31
dài đã qua còn đâu? Rồi một ngày tình yêu trở

34
lại trong con tim giá băng Và Mùa
Fmaj7
Em
37
Xuân Trong Đôi Mắt Em là mùa Xuân anh mãi đi
Am
Fmaj7
40
tìm Và Mùa Xuân Trong Đôi Mắt Em anh đợi
Esus4
E7
Fmaj7
43
mong Và Mùa Xuân Trong Đôi Mắt
Em
Am
44
Em là mùa Xuân chan chứa hy vọng Và Mùa
Fmaj7
G
Am
Xuân Trong Đôi Mắt Em anh mãi chờ trông

Mùa xuân gọi.

Trần Tiến

Mưa Chiều

Song Ngọc

vui, cho hương đời thắm tươi. Chiều hỡi! Mưa
về cho người đi nhớ lối, hay ngược giòng sầu vương, gieo đau
thương! Chiều ơi! Mong chiều về còn mãi yên vui cho
người về hòa nét môi tươi. Ai đi dừng
bên tiếng mưa chiều, lòng thương nhớ nhau nhiều, người phương xa giờ
đâu! Mưa rơi! còn rơi mãi trên đời, thì
chấp bến chia phôi, cho hoa lòng ấm vui . . .

Mưa Chiều Kỷ Niệm

Duy Yên - Quốc Kỳ

E
A
A7
Tay đan tay trong tiếng đàn thầm. Nhìn nhau nhưng không
Trong cô đơn hình bóng một người. Tìm ai trong lối
D
E7
A
FINE
nói. Sợ tình yêu chóng phai. Nhưng hôm nay xa
cũ. Tình yêu nào thấy đâu.
C#m
4fr.
Bm
rồi. Hương xưa đã phôi pha. Mưa bay trong khung
E
A
trời. Quạnh hiu sau màn lá. Mưa rơi rớt vô
C#m
4fr.
D
E
tình. Nghẹn ngào tràn ngập lòng. Chiều buồn về lạnh
Bm
E+
lùng. Xót xa tình đầu tiên. (Có một mình tôi đứng trong)

MƯA ĐÊM ĐỘC HÀNH

Duy Hải

G C E7 Am
thôi. Nhớ mãi. Đêm nay còn mình
tôi ngoài đường khuya. Đôi chân gầy lê
A7 Dm F
gót trên vỉa hè. Mưa rơi đèn khuya hắt
G7 C F
hiu xoáy trong hồn tình sầu lẻ loi. Gió
Dm E7 Am
FINE
khuya buốt lạnh đìu hiu.

MƯA HỒNG

Trịnh Công Sơn

Em C Am
Còn gì nữa đâu. Sương mù đã lâu. Em đi về cầu mưa ướt
F Dm F G
áo. Đường phượng bay mù không lối vào. Hàng cây lá xanh gần với
C G7 C Am F C
nhau. Người ngồi xuống mây ngang đầu. Mong em qua bao nhiêu chiều. Vòng tay
Em F C Am B♭ G7
đã xanh xao nhiều. Ôi tháng năm gót chân mòn trên phím du. Người ngồi
C Am F C
xuống xin mưa đầy. Trên hai tay cơn đau dài. Người nằm
Am C Am G7 C
FINE
xuống nghe tiếng ru. Cuộc đời đó có bao lâu mà hững hờ.

Mưa ngâu

Slow Surf **Nhạc và lời : THANH TÙNG**

A
Ngày nay mưa ngâu mưa ngâu...
2.Bm
E7
...úa Từng giọt mưa ngâu rớt bên thềm Tình yêu đâu dễ lãng
A
quên. Và cơn mưa mưa rồi sẽ tan đi trên
D
E7
trời đầy nắng gió Giọt mưa ngâu hay là nước mắt
A
E7
A
ai nhớ nhau Chuyện tình yêu như là những cơn mưa trong
D
E7
đời đầy nắng gió Để trên mi ai bây giờ ướt
1. A/E7
A
2. A/E7
A
đẫm mưa ngâu. Và cơn mưa... đẫm mưa ngâu.

Nửa Đêm · MƯA
TRÚC PHƯƠNG
BOLÉRO
3
Đêm chưa ngủ nghe ngoài trời đổ mưa từng hạt
rơi gác nhỏ đèn le lói bóng dáng in lên tường loang. Anh gối
tay tôi để ôn chuyện xưa cũ gói trọn trong tuổi nhớ.
Tôi muốn hỏi có phải vì đời chưa trọn vòng tay, có phải vì tâm
GIẤY PHÉP SỐ 1047 BTLC - BC3 - XB
NGÀY 12 - 4 - 67
CẤM TRÍCH DỊCH, IN LẠI
TRÊN MỌI HÌNH THỨC

Bản MƯA NỬA ĐÊM của TRÚC PHƯƠNG
do MINH PHÁT xuất bản và giữ bản quyền

Mưa phi trường

Nhạc và lời : VIỆT ANH

E♭m7 Dm Cm F
rằng từ nay mất nhau trên bến trông theo mình anh.
Gm Dm
Em hôm nay đi về nơi rất xa anh bơ vơ giữa dòng người
E♭ B♭/F Gm
qua một ai đón nhau trên bờ vai. Mưa sao mưa rơi rơi mãi trong
Dm E♭m
tôi em ra đi xa khuất chân trời để cô đơn từng đêm vẫn
B♭ F Gm
lên ngôi. Mưa sao mưa rơi rơi mãi không
F E♭m Dm
thôi quên mang theo nỗi buồn trong tôi Ah Ah.

Mưa Rơi

Nhạc và lời : Phạm Duy

Bb Dm Gm Asus4 A7
rơi vào tình ta Có hay chăng là mưa rơi vì chúng ta. Mưa
Dm Bb F A7
rơi và còn rơi Không bao giờ mưa ngơi Không bao giờ ta nguôi yêu người
Dm
đi !

Saigon 1960

Mưa Rơi

Ưng Lang

D A
dàng. Nhìn lá úa theo hoa tàn. Tiếc
A7 D D7 G
thay phút giây lìa tan. Ai đi.
D
Như xóa bao lời thề. Thuyền theo nước trôi không
A B A7 D
về. Thấu cùng lòng ai não nề riêng chốn phòng khuê.
D Bm D Em
Mưa rơi. Chiều nay vắng người Đêm dài vắng
A A7 D
FINE
ai. Thương nhớ nào nguôi.

MƯA RỪNG

(1961)

Nhạc & Lời : **HUỲNH - ANH**

Cảm tác qua soạn phẩm ca kịch đường rừng « MƯA RỪNG » của Hà-Triều Hoa-Phượng; và do Nữ nghệ-sĩ THANH-NGA trình bày trong tuồng

VIỆT NHẠC TINH HOA MIỀN NAM NƠI TẬP TRUNG NHIỀU NHẠC PHẨM CỦA TÁC GIẢ VÀ NHÀ XUẤT BẢN VỚI SỰ HỢP TÁC CỦA MỘT NHÓM CA NHẠC SỸ THỦ ĐÔ ĐIỀU KHIỂN XUẤT BẢN VÀ PHÁT HÀNH TOÀN QUỐC

MƯA SÀIGÒN MƯA HÀNỘI

Hoàng Anh Tuấn
Phạm Đình Chương

D♭ F B♭7 C7
Thương mắt kiêu sa. Hiền ngoan thiết tha.
Thê Húc bơ vơ. Thành đô xác xơ.
F Dm B♭ C7
Thơ ngây đôi mắt nhung huyền. Hà Thành trước kia thường, thường về cùng lối đường.
Cô liêu trong nỗi u hoài. Lòng người sống lạc loài, thê lương niềm vai gầy.
F D7 G E7 Am E7 Am C7 F
Khi mưa buốt lạnh mình ướt. Chung nón dìu bước thơm phố phường. Mưa ngày nay.
Bao oan trái dâng tê tái. Chi kiếp người héo mòn tháng ngày. Mưa còn rơi.
Dm B♭ C7 F
Như lệ khóc phần đất quê hương tù đày. Em ngoài ấy còn nhớ hẹn xưa miệt mài?
Ta còn ước rồi nắng yêu thương về đời. Vang trời tiếng cười ấm niềm tin hồn người.
D♭ F CODA E♭ F
Giăng mắc heo may. Sầu rơi ướt vai.
Mây trắng vui tươi. Tình quê ngút khơi.
E♭ F E♭ F FINE
Hồn quê tê tái.
Tự do phơi phới.

MƯA TRẮNG KINH KỲ

Phạm-Mạnh-Cương

ẤN PHẨM CỦA TINH HOA MIỀN NAM
G. P. 2764 BTT/BC/XB NGÀY 1 - 10 - 1964

VỚI SỰ CỘNG TÁC CỦA MỘT NHÓM
CA NHẠC SỸ THỦ ĐÔ XUẤT BẢN

HÂN HẠNH GIỚI THIỆU CÙNG QUÝ BẠN : **NỖI BUỒN NGÀY THÁNG CŨ** MỘT NHẠC PHẨM TÂM TÌNH MỚI NHẤT CỦA PHẠM MẠNH CƯƠNG SẼ XUẤT BẢN NAY MAI

MƯA TRÊN NGÀY THÁNG ĐÓ

Nhạc & Lời: TỪ CÔNG PHỤNG
1968

Dm E7 Am E7
Rall...
mắt rơi mau trên vùng tuổi thương đau người xin hơi thở bên nhau để tình còn ấm khi người xa tôi ngàn
Am C G C
Dolce
đời Trời còn làm nước mắt rơi mau khi cuộc tình ta đả chết mai
C Em Dm Am
sau Người về còn giữ lấy cơn mê nghe đã lạc loài trên gót chân thề
C E7 Em G Am
Cho tôi xin một lần chân em lại gần để vòng tay ôm hết dung nhan buông lên hơi thở qua cơn chiều
E7 Am E7 Am
tàn Tìm lời ru cho giấc em ngoan bằng lời kinh cho kiếp đa đoan Người về
F Am Dm
nghe tiếng hát âm vang trên vùng tuổi đa đoan người về nghe những âm vang trên vùng tuổi cưu
E7 Am
Rall...
mang. Người đan hơi thở bên nhau dù trời chợt sáng xin tình chưa nghe muộn màng

MƯỜI NĂM CHUYỆN CŨ

MUSIC and SONG

HOÀI - LINH và HUỲNH - LÂM

ẤN PHẨM CỦA DIÊN - HỒNG XUẤT BẢN
96, ĐẠI LỘ LÊ - LỢI — SAIGON

NHẠC PHẨM MƯỜI NĂM CHUYỆN CŨ CỦA HOÀI LINH VÀ HUỲNH LÂM DO DIÊN HỒNG XUẤT BẢN VÀ GIỮ BẢN QUYỀN NIÊN KHÓA THỨ BA NGOÀI NHỮNG BẢN THƯỜNG CÒN IN THÊM 30 BẢN ĐỂ TẶNG

Mười Năm Tình Cũ

Trần Quảng Nam

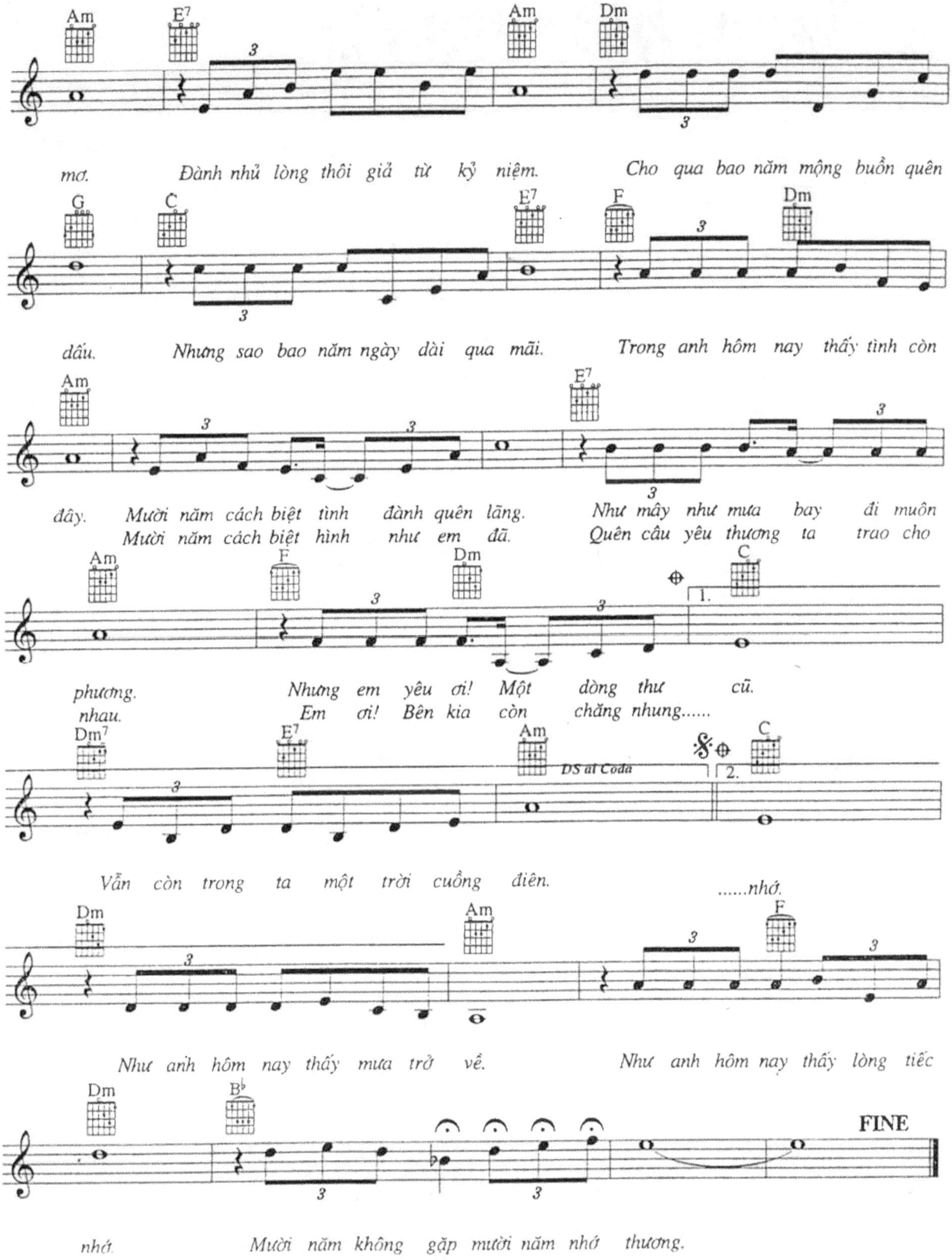
Am E7 Am Dm
mơ. Đành nhủ lòng thôi giã từ kỷ niệm. Cho qua bao năm mộng buồn quên
G C E7 F Dm
dấu. Nhưng sao bao năm ngày dài qua mãi. Trong anh hôm nay thấy tình còn
Am E7
đây. Mười năm cách biệt tình đành quên lãng. Như mây như mưa bay đi muôn
Mười năm cách biệt hình như em đã. Quên câu yêu thương ta trao cho
Am F Dm C
1.
phương. Nhưng em yêu ơi! Một dòng thư cũ.
nhau. Em ơi! Bên kia còn chăng nhung......
Dm7 E7 Am C
DS al Coda
2.
Vẫn còn trong ta một trời cuồng điên. ......nhớ.
Dm Am F
Như anh hôm nay thấy mưa trở về. Như anh hôm nay thấy lòng tiếc
Dm B♭
FINE
nhớ. Mười năm không gặp mười năm nhớ thương.

MƯỜI NĂM YÊU EM

Trầm Tử Thiêng

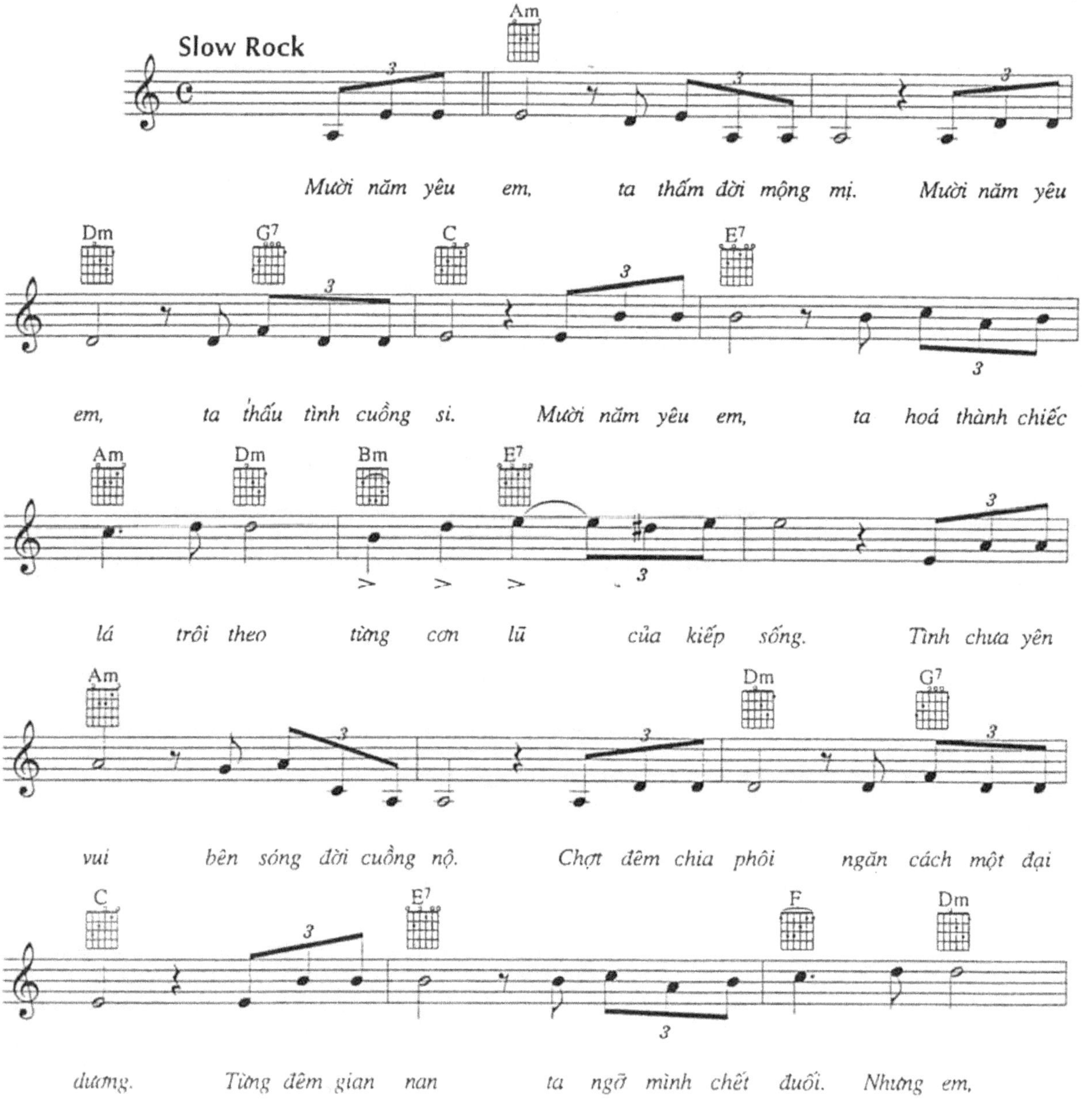

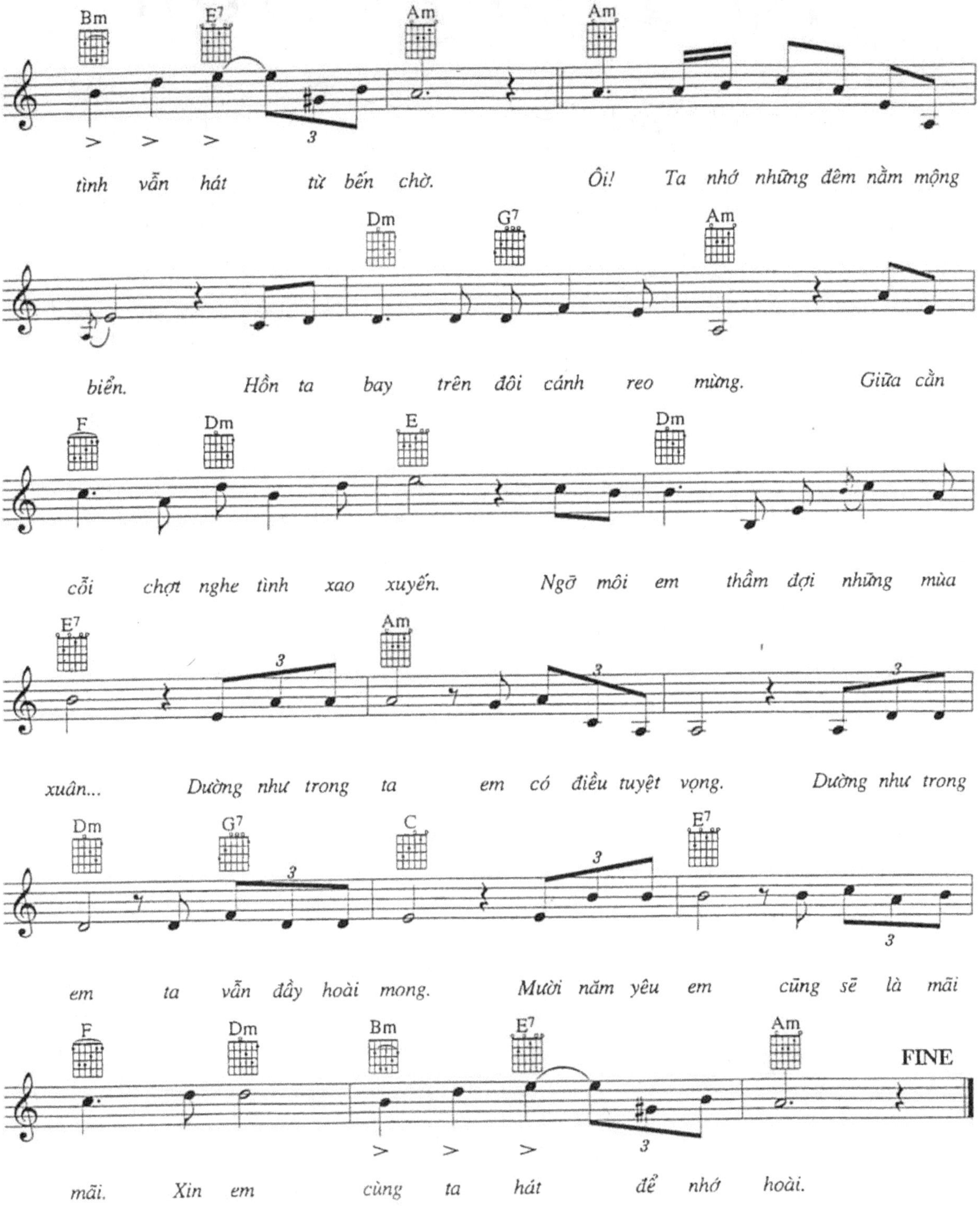
Bm E7 Am Am
tình vẫn hát từ bến chờ. Ôi! Ta nhớ những đêm nằm mộng
Dm G7 Am
biển. Hồn ta bay trên đôi cánh reo mừng. Giữa cần
F Dm E Dm
cỗi chợt nghe tình xao xuyến. Ngỡ môi em thầm đợi những mùa
E7 Am
xuân... Dường như trong ta em có điều tuyệt vọng. Dường như trong
Dm G7 C E7
em ta vẫn đầy hoài mong. Mười năm yêu em cũng sẽ là mãi
F Dm Bm E7 Am
FINE
mãi. Xin em cùng ta hát để nhớ hoài.

16 Trăng Tròn

Trần Thiện Thanh

RUMBA BOLERO

Nhớ lúc xa... nay non nước đang cần bàn tay tôi ngăn
khi non nước đang còn mịt mờ bên phương
giữ chuyện đó về sau. Những đêm mười sáu trăng
nớ chuyện đó đừng mơ./—
tròn Vượt con đường mòn đi giữ làng thôn. Bỗng
biết lòng mình thương quá thương thuở học trò đi tìm vần
thơ. Có khi đứng độ trăng tròn màu vàng tươi ướt áo phong
trần. Chợt thấy áo mình đẹp quá đẹp mặn -
mà đẹp hơn cả áo giai - nhân. Xếp áo thư

Mười thương

Phạm Đình Chương

G. P. số 1563/BTT/PHNT
ngày 17-5-1973

thương Bảy thương thương nất ở trăm đường em khéo khéo. – Tám
thương trong trắng (ơ) tâm hồn đẹp tươi đẹp tươi như ánh trăng
tròn đầu thôn Chín thương là thương tiếng cười rôn Ngàn
năm gỗ đá cùng mòn cho ngất ngây Mười thương em sinh
quá là đôi bàn tay bàn tay măng dệt mộng cho ngày tương lai
Để cùng anh xây đắp cho ngày mai Tình
yêu thương chan chứa giữa trời Tự - Do -
Fine

Muôn Đời Yêu Chỉ Người Thôi

Nhạc và Lời: Song Ngọc
(91)

Tuyển tập Tình ca Song Ngọc